GIA ĐÌNH PHẬT TỬ VIỆT NAM

I0434302

# NGHI LỄ

*trong*
## GIA ĐÌNH PHẬT TỬ
## VIỆT NAM

TỦ SÁCH PHỔ HÒA

GIA ĐÌNH PHẬT TỬ VIỆT NAM - BAN HƯỚNG DẪN TRUNG ƯƠNG
**NỘI LỆ NGHI THỨC LỄ LƯỢC TRONG GĐPT VIỆT NAM**
*Phụ bản đính kèm của QĐ số: 13114/HDTƯ/QĐ/TB - Áp dụng kể từ 22.11.2013*
Ban Hướng Dẫn GĐPT Việt Nam tại Hoa Kỳ xuất bản lần thứ nhất tại Hoa Kỳ.
Khối Nghiên Cứu-Huấn Luyện thực hiện:
*Bửu Thành Phan Thành Chinh, Nguyên Cần Nguyễn Đình Tiến,*
*Tâm Thường Định Bạch Xuân Phẻ, Quảng Pháp Trần Minh Triết*

# Mục Lục

CHƯƠNG 3

CHƯƠNG 4:

# Lời thưa,

Do môi trường hành hoạt, nhìn ở hiện tại lẫn tương lai, nội dung lẫn hình thức Gia đình Phật tử Việt Nam tại Hoa Kỳ cần phải được cách tân. Song để làm được điều đó, trước hết không thể không nhìn lại những giá trị văn hóa, truyền thống vốn có từ nhiều thập niên qua do bao thế hệ áo lam đảm lược và tâm huyết dày công tài bồi.

Trong bất kỳ để án san định hay tu chính nào, nếu không khởi đi từ sự nhận chân một cách thiết tha về những giá trị cao đẹp nêu trên, tất có thể đi xa nhưng không tránh được những sai lạc đáng lo ngại, mà thực tế nhìn chung sinh hoạt của chúng ta ở Hoa Kỳ những năm gần đây là như vậy, nhất là trong lãnh vực NGHI LỄ Gia Đình Phật Tử.

Trước hiện trạng đó, Khối Nghiên Cứu Huấn Luyện với sự hỗ trợ của các trưởng trẻ nhiệt tình tại quê nhà, phát tâm sao lục và thực hiện những tài liệu căn bản trong sinh hoạt Gia Đình Phật Tử Việt Nam, mọi lãnh vực, nhằm phổ biến rộng rãi đến với tất cả anh chị em Huynh trưởng đang trách nhiệm hướng dẫn các cấp.

Trở lại, như lời vào đầu, công việc này cốt khởi điểm cho tâm nguyện thiết tha, đó là làm sao có thể lưu nhuận mọi giá trị cốt lõi của tổ chức Gia Đình Phật Tử Việt Nam nơi quốc độ Hoa Kỳ - Làm mới, nhưng không xa, lạ với bản sắc!

<table>
<tr><td>

TỔNG VỤ THANH NIÊN<br>
GIA ĐÌNH PHẬT TỬ VỤ<br>
*****<br>
**BAN HƯỚNG DẪN TRUNG ƯƠNG**

</td><td>

GIÁO HỘI PHẬT GIÁO VIỆT NAM THỐNG NHẤT<br>
VIỆN HÓA ĐẠO<br>
*****<br>
GIA ĐÌNH PHẬT TỬ VIỆT NAM<br>
BI - TRÍ - DŨNG

</td></tr>
</table>

QĐ Số : 13.114/HDTƯ/QĐ/TB ngày 22.11.2013
**V/v Ban hành Nội lệ Nghi thức Lễ lược trong GĐPT Việt Nam**
**TRƯỞNG BAN HƯỚNG DẪN TRUNG ƯƠNG GIA ĐÌNH PHẬT TỬ VIỆT NAM**

- Chiếu Nội Quy và Quy Chế Huynh Trưởng Gia Đình Phật Tử Việt Nam ngày 01.07.1964 được tu chỉnh ngày 01.08.1967 và những kỳ Đại hội kế tiếp quy định cơ cấu tổ chức, điều hành các Cấp và Quản trị ngành Huynh Trưởng Gia Đình Phật Tử Việt Nam.
- Chiếu Quyết định số : 12.116/GĐPT/QĐ/VT ngày 25.11.2012 V/v Duyệt y thành phần nhân sự BHD Trung Ương GĐPT Việt Nam nhiệm kỳ 2012 – 2016.
- Chiếu Biên bản Đại hội Huynh trưởng GĐPT Việt Nam kỳ IX nhiệm kỳ 2012 – 2016 và đúc kết của Tiểu ban Nghi lễ.
- Chiếu tinh thần phiên họp BHD Trung Ương GĐPT Việt Nam ngày 27.10.2013.
- Chiếu nhu cầu Phật sự.

**QUYẾT ĐỊNH**

**Điều 1** : Nay chính thức Ban hành Nội lệ Nghi thức Lễ lược trong GĐPT Việt Nam theo tinh thần Đại hội Huynh trưởng GĐPT Việt Nam kỳ IX nhiệm kỳ 2012 - 2016 ( Phụ bản 1 – Nội lệ Nghi thức Lễ lược trong GĐPT Việt Nam – Đính kèm theo Quyết định số : 13.114/HDTƯ/QĐ/TB ngày 22.11.2013 ).

**Điều 2** : Nội lệ Nghi thức Lễ lược trong GĐPT Việt Nam được dùng kèm với Nội Quy – Quy Chế Huynh trưởng Gia Đình Phật Tử Việt Nam và có hiệu lực kể từ ngày ban hành quyết định, ngày 22.11.2013.

**Điều 3** : Các Anh Chị Phó Trưởng Ban, Tổng Thư Ký, Ủy viên Nội Vụ, Ủy viên Nghiên Huấn BHD Trung Ương, Ban Hướng Dẫn các Tỉnh Thị, Ban Đại diện các đơn vị trực thuộc chiếu nhiệm vụ thực hiện quyết định này.

TRƯỞNG BAN

Nguyên Tín NGUYỄN CHÂU

**NƠI NHẬN :**
- Các thành phần ghi ở điều 3 " Để chiếu hành "
- Đại Diện BHD Trung Ương tại các Miền " Để tường "
- Hồ sơ / Lưu chiếu.
**SAO KÍNH GỞI :**
- Ban thường trực HĐCVGH GĐPT VN " Để kính tường "
- BCH Cựu Huynh trưởng Trung Ương " Để chiếu hành "

[6]

CHƯƠNG MỞ ĐẦU

# NHỮNG VẤN ĐỀ LÝ LUẬN VỀ NGHI LỄ GIA ĐÌNH PHẬT TỬ

**1. Định danh Nghi lễ**

Định danh hay định nghĩa về nghi lễ trong thiền môn nói chung, trong GĐPT nói riêng là một khái niệm mà có nhiều quan điểm trình bày khác nhau. Trong quá trình tu chỉnh, Tiểu ban đã nghiên cứu có hệ thống cơ sở lý luận này để làm nền tảng căn bản cho quá trình hoàn chỉnh Nội Lệ Nghi Lễ GĐPT Việt Nam.

Nghi lễ là một phần quan trọng trong đời sống tâm linh người con Phật, tỏ bày lòng cung kính, xưng tán công đức Chư Phật, Chư Bồ Tát, Chư Hiền Thánh Tăng và Lịch Đại Chư Vị Tổ Sư, là thể hiện trọn vẹn tinh thần truy tiến báo ân, tài bồi công đức, khuyến tấn tu trì "báo Phật ân đức".

Chư tôn đức tăng già trên cả nước đã gia tâm thực hiện việc biên soạn, san định lại nghi lễ hành trì cho Phật giáo Việt Nam. Trong đó, Cố Đại Lão Hòa Thượng Đệ Tứ Tăng Thống GHPGVNTN bằng tất cả tâm nguyện cùng tuệ giác của mình đã kiến tạo nên Pháp sự Khoa Nghi thực hiện trong các ngày lễ Vía Chư Phật, Chư Bồ Tát và đặc biệt là các khoa nghi tiến cúng liệt vị tôn túc hữu công đối với Phật giáo Việt Nam để tuyên dương công hạnh, báo tiến tri ân.

Và nghi lễ có nhiều khái niệm khác nhau, nhưng tựu chung cũng không ngoài:

*"**Nghi:** Nghi thức, lễ nghi, lễ phép, khuôn phép, oai nghi.v.v..*

*   **Lễ:** Lễ giáo, lễ nhạc, (điều hòa), lễ bái, cúng tế, tôn thờ, cung kính.v.v...*

*"Như vậy, lễ nghi là lòng khiêm hạ, là bày tỏ sự kính thành. Cầu nguyện là cách thức đãi lọc tâm tánh, là báo ân, là phát khởi những dòng tâm niệm trong sáng, hữu ích, nung nấu ý chí, trau dồi đạo hạnh cho mình và hướng dẫn kẻ khác".*

Nghi lễ là chỉ chung cho nghi thức tụng niệm hành lễ, sinh hoạt, trong phạm vi tín ngưỡng thờ phụng của một tôn giáo. Bất cứ một tôn giáo nào đều phải có những hình thức nghi lễ để tiêu biểu tinh thần đạo vị của mình. Mặc dầu trên thể thức và âm điệu của mỗi đạo giáo có phần sai khác nhưng mục đích vẫn là chí thành cầu nguyện, tán thán công đức vị Giáo chủ mà mình đã quy ngưỡng tôn thờ.

Đạo Phật không phải là một tôn giáo chỉ chú trọng về phương diện nghi lễ, nhưng nhờ có sinh hoạt nghi lễ mà đưa người vào đạo Phật một cách dễ dàng. Ví dụ: cầu an cho người bệnh hoạn, tai nạn..., cầu siêu bạt độ cho kẻ lâm chung.v.v...

Đó là những phương tiện thực tế để điều hòa lý trí, gieo rắc tình cảm của con người, an ủi tinh thần cho người còn cũng như kẻ mất.Vì thế, nghi lễ cũng là vấn đề quan trọng và có nhiều lợi lạc trong đạo Phật".

Và Nghi lễ trong GĐPT được hiểu là: Nghi thức – Lễ lược, với khái quát như sau:

**Nghi là nghi thức có ý nghĩa:**

Là sự kiến tạo của Lịch Đại Chư vị Tổ Sư, mang hình thức tôn giáo, để bày tỏ lòng cung kính, tín tâm, hạnh nguyện của tín đồ đối với Đấng Giáo Chủ, cầu mong sự gia hộ để tâm nguyện viên thành.

Nghi thức còn là phương tiện để đưa đạo vào đời, là nhịp cầu để đưa người đến với đạo.

*Lễ đó chính là phần Lễ lược với hàm ý:*

Kiến lập hoàn toàn với tính cách thế gian nằm trong tục đế, dùng để thể hiện tất cả các ý nghĩa của sự kiện mà chúng ta kiến lập, hầu mong mọi người đều am tường và hiểu biết một cách quán triệt và phát tâm làm cho đúng để hồi hướng công đức truy tiến, báo ân.

Bên cạnh đó, còn dùng những quy ước của thế gian được cộng đồng công nhận phù hợp với những nguyên tắc luân lý đạo đức trong tứ lễ Hoan (trước đây ảnh hưởng của Trung Hoa nên có Lễ Quan, nay đổi thành Hoan lễ ) – Hôn – Tang – Tế và đồng thời để tiếp đón, tiến đưa các cấp lãnh đạo chúng ta.

## 2. Tiến trình thiết lập Nghi lễ trong GĐPT

Lễ lược là một phần rất quan trọng trong đời sống tâm linh mỗi chúng ta (như chúng tôi đã thưa qua ở trên). Vừa là nhu cầu trong cuộc sống để bày tỏ niềm tôn kính, tài bồi thêm đức tin và dày thêm hạnh nguyện, và nghi lễ còn là nhịp cầu để kết nối tâm nguyện, là phương tiện để đưa đạo vào đời. Xuất phát từ những vấn đề thiết yếu đó mà tổ chức GĐPT. Việt Nam chúng ta đã quan tâm đến vấn đề nghi lễ ngay từ những ngày đầu mới phôi thai.

Trãi qua, bao giai đoạn thăng trầm trong lịch sử thì Nghi lễ vẫn chính là suối nguồn tâm linh, là phương dược để an tâm cho mỗi thành viên áo Lam trên con đường phụng sự lý tưởng với nhiều chông gai, thử thách, chướng duyên. Bên cạnh đó, trải qua mỗi kỳ Đại hội Huynh trưởng toàn Quốc thì tổ chức vững mạnh hơn, việc xây dựng và kiện toàn hành chánh nghi lễ là một phật sự không thể thiếu. Chúng tôi xin minh hoạ tiến trình đó, thông qua các mốc lịch sử như sau:

Danh xưng Gia Đình Phật Hoá Phổ được xây dựng bằng ý nghĩa:

Hoá nghi – Hoá Pháp, chính là đem nghi lễ đến với mọi người, đem giáo pháp đến với quần chúng để cùng nhau phát tâm tu tập và xây dựng Gia đình phật hoá. Và nghi lễ được quan tâm từ những ngày đó.

Tinh thần cầu an, cầu siêu tại các gia đình, khuôn hội, và có hẳn một thành viên chuyên lo về nghi lễ cũng chính là thể hiện tinh thần "hoá nghi, hoá pháp".

Đến năm 1951, quyển Nội lệ về nghi thức lễ lược được ấn hành để áp dụng trong sinh hoạt áo lam. Đây chính là nền tảng căn bản xây dựng hành chánh nghi lễ và khai thông cho các công trình nghiên cứu, huấn luyện sau này.

Trải qua từng giai đoạn trưởng thành của tổ chức, thể hiện qua các kỳ Đại hội Huynh trưởng toàn quốc thì nghi thức và lễ lược được quan tâm rất nhiều trong việc tu chỉnh nội lệ nghi lễ, san định chương trình tu học các Bậc của Huynh trưởng, tài liệu huấn luyện của Huynh trưởng cũng được quan tâm đến các để tài nghi lễ từ Lộc Uyển đến Huyền Trang.

Nhằm trang bị cho huynh trưởng những kiến thức cần thiết trong lĩnh vực này. Và đến hiện tại chúng ta vẫn đang lưu hành, áp dụng nghi thức tụng niệm của Gia Đình Phật Tử được Vụ Trưởng Gia Đình Phật Tử duyệt y từ năm 1964 và Nhà xuất bản Sen Vàng ấn hành, tái bản nhiều lần.

Trong quá trình xây dựng và kiện toàn tổ chức, trải qua bao tháng năm dài áo Lam chúng ta chăm chút cho từng nội dung, lo toan cho từng phần sinh hoạt để thích hợp với nhu cầu phát triển của xã hội, trong đó việc kiện toàn nghi thức – lễ lược trong GĐPT luôn được quan tâm thông qua các Đại hội, Hội thảo Huynh trưởng toàn quốc.

Bên cạnh đó, tại các BHD Tỉnh (Thị) thì sự đầu tư cho nghi lễ cũng được quan tâm thông qua các hội thảo hành chánh nghi lễ nhằm thăng tiến tổ chức tại các cấp.

Năm 1973, Hội thảo Hành chánh Miền Khánh Hoà được tổ chức, dưới sự chủ toạ của Chị Tâm Chánh – Hoàng Thị Kim Cúc, Anh Như Tâm – Nguyễn Khắc Từ, Anh Tâm Lạc – Nguyễn Văn Thục đã xây dựng và tiến hành san định lại một số nội dung về nghi lễ trong GĐPT. Và kết quả này cũng được nhiều địa phương áp dụng.

Sau khi đất nước chuyển sang một giai kỳ mới, tình hình sinh hoạt của tổ chức cũng gặp nhiều khó khăn nên mọi việc tổ chức, san định, thiết lập nghi lễ cũng không có những biến chuyển mới và hầu như là giản đơn cốt lấy tâm thành kiến lập đàn tràng nghi lễ chứ không nhiều thuận duyên để thực hiện hình thức long trọng.

Đặc biệt trong thời điểm sinh hoạt khó khăn hầu như nghi lễ được thực hiện theo trí nhớ và sự hiểu biết của từng Anh Chị nên có những sai biệt giữa địa phương này với địa phương khác, mà không có những thống nhất chung trên toàn quốc.

Sau Hội nghị HT Cấp Dũng – Cấp Tấn toàn quốc tổ chức tại Trại Trường GĐPT. Việt Nam năm 1995 bắt đầu thực hiện phật sự về nguồn khôi phục lại hình thức của tổ chức, nghi lễ trở thành phần tâm linh được quan tâm để thực hiện hầu làm chất men gắn kết cùng nhau, vững tâm trên con đường đạo. Các tài liệu tu học được tu chỉnh và có những đề tài liên quan đến lễ lược trong GĐPT tại Trại Lộc Uyển, Bậc Trì, Trại Huyền Trang, Vạn Hạnh…

Dù gặp nhiều chướng duyên nhưng cũng từ thời điểm này trở đi các Hội thảo về hành chánh – nghi lễ của Trung Ương đến địa phương đều có những đề tài thuyết trình và thảo luận hầu thống nhất tinh thần chung.

Cũng trong thời điểm này quyển tài liệu "Lễ lược trong GĐPT" do Anh Thị Nguyên biên soạn được nhiều địa phương hưởng ứng và đến nay trở thành quyển tài liệu được áp dụng khá nhiều trên các địa phương.

Sau năm 1975 bắt đầu sen trắng ươm mầm tại các Quốc gia trên Thế giới, tại mỗi địa phương đều có những sắc thái riêng về Lễ lược nhưng nhìn chung vẫn duy trì bản sắc và thể hiện tinh thần thành kính cúng dường như pháp.

Sự đóng góp của Hải Ngoại không nhỏ cho nội dung Nghi lễ mà thông qua các Đại hội hoặc các công trình của Huynh trưởng đã thể hiện.

Đến năm 2009, Ủy viên Nghiên Huấn BHD. Trung Ương GĐPT Việt Nam đã tổ chức Hội thảo chuyên ngành và nhân dịp này có bàn về những nội dung liên quan đến nghi lễ trong GĐPT, đặc biệt có những điều chỉnh như sau:

Thay đổi vị trí hát bài trầm hương đốt ra đầu tiên trước khi chủ lễ xướng bài kệ nguyện hương.

Trong lúc cử hành Lễ chào cờ và đón tiếp quan khách chỉ có người điều khiển bắt ấn tam muội chào thay vì tất cả cùng chào.

Trải qua chặng đường khá dài cho việc thiết lập một nội dung thiết yếu cho tổ chức để tài bồi tâm linh, dày thêm hạnh nguyện qua những nét son ma chúng tôi trình bày trên.

Song vẫn còn chưa thống nhất mỗi lần sinh hoạt chung chúng tôi nhận thấy mỗi địa phương, mỗi khu vực, mỗi quốc gia thực hiện theo cách riêng của mình.

Bên cạnh đó, khi gặp những vấn đề liên quan đến lễ lược thì có nhiều Huynh trưởng chúng ta lặng lặng cáo từ không hợp sở trường là điều thiếu sót lớn. Chúng tôi rất quan tâm, rất trăn trở khi chúng ta thật sự thống nhất trong ngôi nhà chung GIA ĐÌNH PHẬT TỬ VIỆT NAM TRÊN THẾ GIỚI. Mà điều này không thống nhất được là đáng tiếc.

Qua nghiên cứu, công trình tu chỉnh của Tiểu ban được hệ thống dưới đây là thể hiện kế thừa những tinh hoa đã có, phát triển thêm một số nội dung, giới thiệu thêm một số vấn đề mà theo chúng tôi Huynh trưởng nhà ta thường lung túng để có được những cái chung trang nghiêm, long trọng với bản sắc GIA ĐÌNH PHẬT TỬ VIỆT NAM.

## 3. Phân loại – Cấp tổ chức

Tuỳ theo tính chất, tầm quan trọng và đối tượng mà phân loại ra các cấp tổ chức cụ thể như sau:

| STT | LỄ LƯỢC | CẤP GĐ | CẤP TỈNH | CẤP TRUNG ƯƠNG |
|-----|---------|--------|----------|----------------|
| 01 | Nghi lễ tôn giáo | T | T | T |
| 02 | Nhận Ủy nhiệm thư thành lập | T | | |
| 03 | Công nhận chính thức Đơn vị | T | T | |
| 04 | Cung thỉnh CVGH – CVGL | T | T | T |
| 05 | Phát nguyện nhận nhiệm vụ | | T | T |
| 06 | Lễ Quy Y | T | | |
| 07 | Lễ Phát nguyện | T | | |
| 08 | Lễ lên Đoàn - lên đường | T | | |
| 09 | Trao cấp hiệu cho Đoàn sinh | T | | |
| 10 | Lễ thọ Cấp Tập – Tín | | T | |
| 11 | Lễ thọ Cấp Tấn – Dũng | | | T |
| 12 | Lễ truy thăng cấp Tập – Tín | | T | |
| 13 | Lễ truy thăng cấp Tấn – Dũng | | | T |
| 14 | Lễ tái sinh hoạt | T | | |
| 15 | Lễ Truyền thống Hạnh – Hiếu – Dũng | T | T | |

| 16 | Chu niên | T | T | |
|---|---|---|---|---|
| 17 | Hiệp kỵ | T | T | T |
| 18 | Đại hội Huynh trưởng | | T | T |
| 19 | Lễ Phát nguyện truyền đăng | | T | T |
| 20 | Lễ Phủ kỳ | | T | T |

*(Ghi chú: Chữ T được đánh ở trên là chỉ cho cấp được phép tổ chức, cấp nào được đánh chữ T là được phép tổ chức nghi lễ đó).*

CHƯƠNG 1

# PHẦN NGHI THỨC

Theo dự thảo đệ trình và đã được toàn thể Đại biểu thông qua, phần nghi thức của GĐPT Việt Nam bao gồm:

1. Nghi thức Lễ Phật hằng tuần (cho từng lứa tuổi)

2. Nghi thức cầu an

3. Nghi thức cầu siêu

4. Nghi thức Cúng dường Phật Thích Ca Khánh Đản

5. Nghi thức cúng dường Phật Thích Ca Xuất Gia

6. Nghi thức cúng dường Phật Thích Ca Thành Đạo

7. Nghi thức cúng dường vía Phật Thích Ca Nhập Diệt

8. Nghi thức cúng dường vía Bồ tát Quan Thế Âm

9. Nghi thức cúng dường Đại lễ Vu Lan

10. Nghi thức cúng dường vía Phật A Di Đà

11. Nghi cúng dường vía Phật Di Lặc

12. Nghi thức thọ trai.

*

## NHỮNG NGUYÊN TẮC CHUNG
## CẦN LƯU TÂM KHI HÀNH TRÌ
### NGHI THỨC TỤNG NIỆM TRONG GĐPT

Nghi thức tụng niệm được áp dụng trong khuôn khổ sinh hoạt

của GĐPT mang sắc thái của Thiền môn, được vận dụng và kiết tập lại theo những nghi thức mà Chư Tổ đã phụng soạn với tinh thần trang nghiêm, thành kính, đơn giản, giàu ý nghĩa.

Các khoá lễ cử hành phù hợp với các ngày Lễ Vía ứng với các Trại Truyền thống, phù hợp với từng lứa tuổi để cung kính tán dương, thành tâm thiết bày kỷ niệm. Đó là lễ nghi được tập thành và vận dụng.

Một vài nội dung được áp dụng trong việc tổ chức và cử hành các Khoá lễ theo trình tự và lưu ý các vấn đề sau:

- Phật tiền nơi chánh điện, hoặc nơi bàn thờ Phật tại trại phải được chuẩn bị với hương, đăng, hoa, quả,... trang nghiêm *(đốt 3 cây hương để chủ lễ niêm hương bạch Phật)*, khu vực cử hành lễ được quét dọn và lau chùi sạch sẽ trước khi nghi thức cử hành.

- Toàn thể Huynh trưởng – Đoàn sinh vân tập, duy na (người đánh chuông) và duyệt chúng (người đánh mõ) vào vị trí chuẩn bị hành lễ.

- Duy Na đáng 01 tiếng chuông, toàn thể Đại chúng đồng trang nghiêm ngồi xuống trước Tam bảo thực hiện 05 phút tịnh tâm.

- Sau khi tĩnh tâm 05 phút qua đi, duy na đánh 01 tiếng chuông và đại chúng đồng xả thiền đứng dậy cử hành lễ Phật.

- Khi tất cả trang nghiêm, Duy na đánh 1 tiếng chuông báo hiệu kính mời chủ lễ vào trị ví hành lễ.

- Tiếng chuông báo hiệu cất lên, chủ lễ trang nghiêm tiến vào vị trí chính giữa thành kính đảnh lễ Tam bảo 3 lạy.

- Sau khi đảnh lễ xong, nếu chủ lễ là nam thì bước sang bên chuông 1 bước để quỳ niêm hương, hành lễ (còn nếu chủ lễ là nữ thì bước sang bên mõ).
- Chủ lễ niêm hương bạch Phật – Đảnh lễ Tam bảo xong
- Nghi thức khai chuông mõ:
  - Duy na cử: O O O
  - Duyệt chúng cử: X X X XX X X
  - Duy na: O
  - Duyệt chúng: X
  - Duy na: O
  - Duyệt chúng: X
  - Duy na: O
  - Duyệt chúng: X
  - Duyệt chúng: X XX X
  - Duy na: Nhập chuông
- Trình tự Khoá lễ Phật (hằng tuần) của toàn Gia đình và Oanh vũ:
  - Niêm hương bạch Phật - Kỳ nguyện
  - Quán tưởng
  - Đảnh lễ Tam bảo
  - Trì tụng bài Sám Hối
  - Niệm danh hiệu Chư Phật Bồ tát
  - Tứ hoằng thệ nguyện
  - Tam tự quy y
  - Hồi hướng
  - Cử nhạc Trầm hương đốt

- Đọc luật

- Khoá lễ của Ngành thiếu có nội dung như sau:
  - Niêm hương bạch Phật - Kỳ nguyện
  - Quán tưởng
  - Đảnh lễ Tam bảo
  - Trì tụng chú đại bi
  - Trì tụng bài Sám Hối
  - Niệm danh hiệu Chư Phật Bồ tát
  - Sám Thập phương
  - Tứ hoằng thệ nguyện
  - Chú vãng sanh
  - Tam tự quy y
  - Hồi hướng
  - Cử nhạc Trầm hương đốt
  - Đọc luật

- Khoá lễ của Ngành Thanh:
  - Niêm hương bạch Phật - Kỳ nguyện
  - Quán tưởng
  - Đảnh lễ Tam bảo
  - Trì tụng Chú Đại bi
  - Trì tụng bài Sám Hối
  - Niệm danh hiệu Chư Phật Bồ tát
  - Tụng Sám Thập phương
  - Tứ hoằng thệ nguyện
  - Trì tụng Bát Nhã Tâm Kinh
  - Trì tụng Chú Vãng sanh
  - Tam tự quy y

- Hồi hướng
- Cử nhạc Trầm hương đốt
- Đọc luật

- Chủ lễ cùng toàn thể Huynh trưởng – Đoàn sinh thành tâm đảnh lễ Tam bảo 3 lạy.

- Tiếp theo, chủ lễ đánh chuông để duy na và duyệt chúng đảnh lễ Tam bảo tam bái *(khi duy na và duyệt chúng bước ra đảnh lễ Tam bảo thì cả 2 chấp tay xá chào nhau trước rồi mới quay vào đảnh lễ tam bảo).*

- Khi đảnh lễ lưu ý:
  - Lạy theo tiếng chuông, từ tốn, trang nghiêm
  - Khi có tiếng chuông thì thành kính, năm vóc sát đất chí thành đảnh lễ tam bảo. Và chỉ đứng lên khi duy na khắc vào thành chuông.

# NGHI THỨC

# KỲ AN

**Niêm hương lễ bái**

*(Chủ lễ thành tâm dâng hương, mặc niệm)*

**Tịnh Pháp giới chơn ngôn**

Úm lam xoá ha (3 lần)

**Tịnh tam nghiệp chơn ngôn**

Úm ta phạ bà phạ, truật đà ta phạ, đạt ma ta phạ,
bà phạ truật độ hám (3 lần)

*(Sau đó tuyên xướng kệ niêm hương)*

**Kệ Cúng hương**

**Tán Phật**

**Kỳ nguyện**

Hôm nay là ngày… tháng… năm… đệ tử chúng con là… vân tập Đại hùng bảo điện (hoặc tư gia)… chí thành trì tụng nghi thức cầu an nguyện thập phương thường trú tam bảo, Đức Bổn Sư Thích Ca Mâu Ni Phật, Đức Dược Sư Lưu Ly Quang Vương Phật, Đức Đại Bi Quán Thế Am Bồ Tát, Chư Phật, Chư Bồ tát, Chư thánh hiền tăng, từ bi gia hộ Phật tử pháp danh… thế danh… sanh năm được tai qua nạn khỏi tật bệnh tiêu trừ, chư tai tiêu diệt, thân tâm an ổn, thành tựu sở nguyện, cùng hồi hướng công đức cầu nguyện cho pháp giới chúng sanh âm siêu dương thái, đồng chứng đạo vô thượng bồ đề.

*(Chủ lễ đứng dậy cắm hương vào lư và chắp tay tán Phật – quán tưởng)*

### Quán tưởng

### Đảnh lễ Tam bảo

*(khai chuông mõ, toàn thể đồng quỳ tụng)*

### Trì tụng chú Chuẩn Đề

*Cúi đầu quy y phép Tô tất đế*
*Thành tâm đảnh lễ đấng thất cu chi*
*Đệ tử xưng tán Đức Đại Chuẩn Đề*
*Nguyện Đức từ bi xót thương gia hộ*

Nam mô tát đa nẫm, tam miệu tam bồ đề, cu chi nẫm, đát điệt tha. An chiết lệ chủ lệ chuẩn đề ta bà ha (3 lần)

Đệ tử trì tụng chú chuẩn đề
Rộng phát bồ đề thành đại nguyện:
Nguyện được trí tuệ chóng viên minh
Nguyện mọi công đức đều thành tựu,
Nguyện phước thù thắng khắp trang nghiêm,
Nguyện cùng chúng sanh thành Phật đạo.
Đệ tử vốn tạo các vọng nghiệp,
Đều do vô thỉ tham, sân, si
Từ thân, khẩu, ý phát sanh ra
Đệ tử thảy đều xin sám hối
Nguyện khi thọ mạng gần lâm chung
Tận trừ hết thảy điều chướng ngại
Được thấy Đức Phật A Di Đà

Liền sanh Tây Phương cảnh An Lạc.

### Niệm danh hiệu Phật – Bổ Tát

Nam Mô Dược Sư Lưu Ly Quang Vương Phật. O (30 lần)

Nam Mô Bổn Sư Thích Ca Mâu Ni Phật O (10 lần)

Nam Mô A Di Đà Phật. O (10 lần)

Nam Mô Đại Bi Quán Thế Âm Bổ Tát. O (10 lần)

Nam Mô Đại Bi Hội Thượng Phật Bổ Tát. O (10 lần)

Nguyện ngày an lành đêm an lành

Đêm ngày sáu thời đều an lành

Tất cả các thời đều an lành

Xin nguyện từ bi thường gia hộ.

Nam mô Tiêu tai Giáng kiết tường Bổ tát ma ha tát (3 lần)

*(Tất cả đứng dậy tụng tiếp phần còn lại)*

### Bát Nhã Tâm Kinh

### Tam Tự Quy Y

### Hồi hướng

# NGHI THỨC KỲ SIÊU

**Niêm hương lễ bái**

*(Chủ lễ thành tâm dâng hương, mặc niệm)*

**Tịnh Pháp giới chơn ngôn**

*Úm lam xoá ha (3 lần)*

**Tịnh tam nghiệp chơn ngôn**

Úm ta phạ bà phạ, truật đà ta phạ, đạt ma ta phạ,
bà phạ truật độ hám (3 lần)

*(Sau đó tuyên xướng kệ niêm hương)*

**Kệ Cúng hương**

**Tán Phật**

**Kỳ nguyện**

Hôm nay là ngày… tháng… năm… đệ tử chúng con là… vân tập
Đại hùng bảo điện (tư gia)…chí thành trì tụng nghi thức GĐPT
nguyện thập phương thường trú tam bảo, Đức Bổn Sư Thích Ca
Mâu Ni Phật, Đức Tiếp Dẫn Đạo Sư A Di Đà Phật, Chư Phật, Chư
Bồ tát, Chư thánh hiền tăng, từ gia hộ tiếp độ hương linh Phật tử
Pháp danh… thế danh… sanh năm… hưởng (thọ, dương )… tuổi,
lâm chung ngày… tháng… năm… siêu sanh lạc quốc, trực vãng
Tây Phương, phát bồ đề tâm, tiêu trừ nghiệp chướng, vãng sanh
Cực Lạc, khắp độ chúng sanh, đồng thành Phật đạo. Nam Mô Tiếp
Dẫn Đạo Sư A Di Đà Phật.

*(Chủ lễ đứng dậy cắm hương vào lư và chắp tay tán Phật – quán
tưởng)*

**Quán tưởng**

**Đảnh lễ Tam bảo**

*(khai chuông mõ, toàn thể đồng quỳ tụng)*

**Trì Niệm Chú Đại Bi**

**Thất Phật Diệt Tội Chơn Ngôn**

*(Tất cả đứng dậy tụng tiếp phần còn lại)*

**Tán thán Phật**

Đại từ đại bi thương chúng sanh
Đại hỷ đại xả cứu muôn loài
Tướng tốt chói sáng tự trang nghiêm
Đệ tử chí tâm quy mạng lễ (O)

Nam mô Như Lai, Ứng Cúng, Chánh biến tri, Minh hạnh túc, Thiện thệ, Thế gian giải, Vô thượng sĩ, Điều ngự trượng phu, Thiên nhơn sư, Phật, Thế tôn.

Nam Mô Đa Bảo Như Lai
Nam Mô Bảo Thắng Như Lai
Nam Mô Diệu Sắc Thân Như Lai
Nam Mô Quảng Bác Thân Như Lai
Nam Mô Ly Bố Uy Như Lai
Nam Mô Cam Lộ Vương Như Lai
Nam Mô A Di Đà Như Lai
Nam Mô Tây Phương Thường Trú Tam Bảo O (3 lần)

**Quy Y Hương linh**

Hương linh quy y Phật,
Hương linh quy y Pháp,
hương linh quy y Tăng.
Hương linh quy y Phật,
nguyện đời đời kiếp kiếp

không quy y thiên thần quỷ vật.

Hương linh quy y Pháp

nguyện đời đời kiếp kiếp

không quy y ngoại đạo tà giáo

Hương linh quy y Tăng

nguyện đời đời kiếp kiếp

không quy y tôn hữu ác đảng.

Hương linh vốn tạo các vọng nghiệp

Đều do vô thỉ tham sân si

Từ thân miệng ý phát sinh ra

Hương linh thảy đều xin sám hối. O (3 lần)

## Niệm danh hiệu Phật – Bồ Tát

Nam Mô Tây Phương Cực Lạc Thế Giới Đại Từ Đại Bi
Tiếp Dẫn Đạo Sư A Di Đà Phật. O (3 lần)

Nam Mô Đại Bi Quán Thế Âm Bồ Tát. O (3 lần)

Nam Mô Đại Thế Chí Bồ Tát. O (3 lần)

Nam Mô Địa Tạng Vương Bồ Tát. O (3 lần)

Nam Mô Thanh Tịnh Đại Hải Chúng Bồ Tát. O (3 lần)

## Sám Thập Phương

Ba đời mười phương Phật…

## Sám Khể Thủ

Cúi đầu đảnh lễ, đấng đại bi tôn

Tiếp dẫn chúng sanh, về nước an lạc

Đệ tử phát nguyện, nguyện được vãng sanh

Xin nguyện từ bi, xót thương gia hộ

Đệ tử khắp vì, bốn ơn ba cõi, pháp giới chúng sanh, cầu đạo bồ đề, nhất thừa vô thượng, chuyên tâm trì niệm, A Di Đà Phật, muôn đức hồng danh, cầu sanh Tịnh Độ. Đệ tử phước cạn nghiệp sâu, chướng dày huệ mỏng, nhiễm tâm dễ khởi, tịnh đức khó thành, nay xin một lòng, tin thành sám hối. Đệ tử trải bao số kiếp, mê tâm bản tịnh, phóng tham sân si, nhiễm ô ba nghiệp, vô lượng vô biên, gây các cấu tội, vô lượng vô biên, kết các oán nghiệp, nguyện xin tiêu diệt.

Đệ tử từ nay, lập nguyện sâu bền, xa lìa pháp ác, thề chẳng tái phạm, siêng tu thánh đạo, thề không thối đọa, thề thành chánh giác, thề độ chúng sanh. A Di Đà Phật, lấy từ bi nguyện lực, xin chứng giám cho, xin thương tưởng cho, xin gia hộ cho, nguyện lúc thiền quán, hay trong chiêm bao, được thấy A Di Đà Phật, thân vàng chói sáng, được sanh A Di Đà Phật, cõi nước Bảo nghiêm, được ơn A Di Đà Phật, cam lồ quán đảnh, hào quang chiếu thân, tay rờ đỉnh đầu, y che thân thể, khiến cho đệ tử, tội chướng tiêu trừ, căn lành tăng trưởng, sạch dứt phiền não, liền phá vô minh, viên giác diệu tâm, bỗng nhiên khai ngộ, cảnh chơn tịch quang, thành được hiện tiền. Khi mạng gần chung, biết trước giờ chết, thân không hết thảy bệnh khổ ách nạn, tâm không hết thảy tham luyến mê hoặc, các căn vui đẹp, chánh niệm phân minh, bỏ báo thân này, an như thiền định. A Di Đà Phật cùng Quan Âm, Thế Chí, các bậc Hiền thánh, phóng quang tiếp dẫn, dìu dắt để huệ, tràng phan lầu các, hương lạ nhạc trời, cảnh Phật Tây phương, rõ bày trước mắt, khiến cho chúng sanh, kẻ thấy người nghe, hoan hỷ cảm thán, phát bồ đề tâm. Đệ tử lúc ấy, ngồi đài kim cang theo hầu sau Phật, trong một khoảnh khắc, sanh về Cực Lạc, giữa hoa sen xinh, trong ao bảy báu, sen nở thấy Phật, thấy các Bồ tát, nghe dạy pháp mầu, khiến chứng được quả, vô sanh pháp nhẫn. Ở trong giây phút, thừa sự chư Phật, thân được thọ ký, thọ ký đã xong, tam thân tứ trí, ngũ nhãn lục thông, trăm ngàn vô lượng, Đà la ni môn, hết thảy công đức, đều được thành tựu. Rồi sau đệ tử, lòng nương an dưỡng, trở lại Ta bà, phân thân vô số, cùng khắp mười phương, thần lực tự tại, không thể nghĩ nghì, dùng các phương tiện, độ thoát chúng sanh, khiến lìa lòng nhiễm, trở lại tánh chơn, đồng sanh Tây phương, chứng bậc bất thối.

Đại nguyện như vậy, thế giới không cùng, chúng sanh không cùng nghiệp và phiền não, hết thảy không cùng, nguyện lực đệ tử, cũng lại không cùng. Nay xin lễ Phật phát nguyện, tu trì công đức, khắp thí hữu tình, rộng báo bốn ân, giúp cùng ba cõi, pháp giới chúng sanh, đồng viên chưởng trí.

### Bát Nhã Tâm Kinh

### Chú vãng sanh

### Tam Tự Quy Y

### Hồi hướng vãng sanh

Nguyện sanh Tịnh độ cảnh Tây phương
Chín phẩm hoa sen là cha mẹ
Hoa nở thấy Phật ngộ vô sanh
Bất thối bồ tát là bạn hữu. O
Nguyện đem công đức này
Hướng về khắp tất cả
Đệ tử và chúng sanh
Đều trọn thành Phật đạo. (O)

*(Tất cả xá rồi lui ra, hoàn mãn buổi lễ)*

# NGHI THỨC CÚNG DƯỜNG
# LỄ VÍA PHẬT KHÁNH ĐẢN

*(Ngày 15 tháng 04 âm lịch)*

**Niêm hương lễ bái**

*(Chủ lễ thành tâm dâng hương, mặc niệm)*

**Tịnh Pháp giới chơn ngôn**

Úm lam xoá ha (3 lần)

**Tịnh tam nghiệp chơn ngôn**

Úm ta phạ bà phạ, truật đà ta phạ, đạt ma ta phạ,
bà phạ truật độ hám (3 lần)

*(Sau đó tuyên xướng kệ niêm hương)*

**Kệ Cúng hương**

**Tán Phật**

**Kỳ nguyện**

Nay chính là ngày Đức Thích Tôn giáng thế, để hóa độ chúng
sanh. Chúng con một dạ vui mừng, cúng dường, kỷ niệm, kính
dâng một nén tâm hương, ba nghiệp tinh cần, cúi đầu đảnh lễ,
nguyện y lời Phật dạy, trì tụng kinh chú, xưng tán hồng danh,
quyết theo Phật pháp làm lành, báo đền công ơn hóa độ, tâm bồ đề
kiên cố, chí tu học vững bền, cùng pháp giới chúng sanh, nghiệp
chướng tiêu trừ, căn lành viên mãn, mau chứng quả vô thượng bồ
đề. Ngưỡng mong Phật trí cao vời, từ bi chứng giám.

Nam Mô Bổn Sư Thích Ca Mâu Ni Phật (3 lần)

*(Chủ lễ đứng dậy cắm hương vào lư
và chắp tay tán Phật – quán tưởng)*

**Quán tưởng**

**Đảnh lễ Tam bảo**

*(khai chuông mõ, toàn thể đồng quỳ tụng)*

**Trì Niệm Chú Đại Bi**

## BÀI TỤNG LỄ KHÁNH ĐẢN

Đệ tử hôm nay

Gặp ngày Khánh đản

Một dạ vui mừng

Cúi đầu đảnh lễ

Thập phương Tam Thế

Điều Ngự Như Lai

Cùng Thánh Hiền Tăng

Chúng con cùng pháp giới chúng sanh

Bởi thiếu duyên lành

Thảy đều sa đọa

Tham sân chấp ngã

Quên hẳn đường về

Tình ái si mê

Tù trong lục đạo

Trăm dây phiền não

Nghiệp báo không cùng

Nay nhờ Phật Tổ Năng Nhân

Dủ lòng lân mẫn

Không nỡ sinh linh thiếu phước

Nặng kiếp luân hồi

Đêm dày tăm tối

Đuốc tuệ rạng soi

Nguyện cứu muôn oai

Pháp dùng phương tiện
Ta Bà thị hiện
Thích chủng thọ sanh
Thánh Ma Gia mộng ứng điềm lành
Vua Tịnh Phạn phước sinh con thảo
Ba mươi hai tướng hảo
Vừa mười chín tuổi xuân
Lòng từ ái cực thuần
Chí xuất trần quá mạnh
Ngai vàng quyết tránh
Tìm lối xuất gia
Sáu năm khổ hạnh rừng già
Bảy thất nghiêm tịnh thiền tọa
Chứng thành đạo quả
Hàng phục ma binh
Ba cõi đều dậy tiếng hoan nghênh
Muôn vật thảy nhờ ơn tế độ
Chúng con nguyện:
Dứt bỏ dục tình gây khổ
Học đòi đức tánh quang minh
Cúi xin Phật Tổ giám thành
Từ bi gia hộ:
Chúng con cùng pháp giới chúng sanh
Chóng thành đạo quả. (O)

**Niệm danh hiệu Phật – Bồ Tát**

Nam Mô Bổn Sư Thích Ca Mâu Ni Phật. O (30 lần)
Nam Mô Đại Trí Văn Thù Sư Lợi Bồ Tát. O (3 lần)
Nam Mô Đại Hạnh Phổ Hiền Bồ Tát. O (3 lần)
Nam Mô Đại Bi Quán Thế Âm Bồ Tát. O (3 lần)
Nam Mô Đạo Tràng Hội Thượng Phật Bồ Tát. O (3 lần)

*(Tất cả đứng dậy tụng tiếp phần còn lại)*

**Bát Nhã Tâm Kinh**

**Tam Tự Quy Y**

**Hồi hướng vãng sanh**

Nguyện sanh Tịnh độ cảnh Tây phương
Chín phẩm hoa sen là cha mẹ
Hoa nở thấy Phật ngộ vô sanh
Bất thối bồ tát là bạn hữu. O
Nguyện đem công đức này
Hướng về khắp tất cả
Đệ tử và chúng sanh
Đều trọn thành Phật đạo. (O)

*(Tất cả xá rồi lui ra, hoàn mãn buổi lễ)*

# NGHI THỨC
# CÚNG DƯỜNG LỄ VU LAN
### *(Ngày 15 tháng 07 âm lịch)*

### Niêm hương lễ bái
*(Chủ lễ thành tâm dâng hương, mặc niệm)*

### Tịnh Pháp giới chơn ngôn

Úm lam xoá ha (3 lần)

### Tịnh tam nghiệp chơn ngôn

Úm ta phạ bà phạ, truật đà ta phạ, đạt ma ta phạ,
bà phạ truật *độ hám (3 lần)*

*(Sau đó tuyên xướng kệ niêm hương)*

### Kệ Cúng hương

### Tán Phật

### Kỳ nguyện

Nay chính là ngày Chư Tăng xuất hạ, đem công đức lành chú
nguyện chúng sanh, chúng con một dạ chí thành, cúng dường trì
tụng, đem công đức này, nguyện khắp mười phương, ba ngôi Tam
bảo, Đức Thích Ca Mâu Ni Phật, Đức Tiếp Dẫn Đạo Sư A Di Đà
Phật, cùng các vị Bồ tát, tịnh đức chúng tăng, từ bi gia hộ cho tiên
vong đệ tử cùng cả chúng sanh, sớm rõ đường lành, thoát vòng mê
muội, ra khỏi u đồ, siêu sanh lạc quốc. Ngưỡng mong oai đức vô
cùng xót thương tiếp độ.

Nam Mô Thập Phương Pháp Giới Thường Trụ Tam Bảo (3 lần).

*(Chủ lễ đứng dậy cắm hương vào lư*
*và chắp tay tán Phật – quán tưởng)*

**Quán tưởng**

**Đảnh lễ Tam bảo**

*(khai chuông mõ, toàn thể đồng quỳ tụng)*

**Trì Niệm Chú Đại Bi**

**SÁM TỤNG VU LAN**

Đệ tử chúng con,
Vâng lời Phật dạy,
Ngày rằm tháng bảy,
Gặp hội vu lan,
Phạm vũ huy hoàng,
Đốt hương đảnh lễ,
Mười phương tam thế,
Phật, Pháp, Thánh hiền
Noi gương đức Mục Kiền Liên
Nguyện làm con thảo.
Lòng càng áo não,
Nhớ nghĩa thân sinh,
Con đến trưởng thành,
Mẹ dày gian khổ,
Ba năm nhũ bộ,
Chín tháng cưu mang.
Không bớt lo toan,
Quên ăn bỏ ngủ,
Ấm no đầy đủ,
Cậy có công cha,
Chẳng quản yếu già,
Sanh nhai lam lũ.
Quyết cùng hoàn vũ,

[33]

Phấn đấu nuôi con,
Giáo dục vuông tròn,
Đem đường học đạo.
Đệ tử ơn sâu chưa báo,
Hổ phận kém hèn,
Giờ này quỳ trước đài sen,
Chí thành cung kính,
Đạo tràng thanh tịnh,
Tăng bảo trang nghiêm.
Hoặc thừa tự tứ,
Hoặc hiện tham thiền,
Đầy đủ thiện duyên,
Rủ lòng lân mẫn,
Hộ niệm cho:
Bảy kiếp cha mẹ chúng con,
Đượm nhuần mưa pháp.
Còn tại thế:
Thân tâm yên ổn,
Phát nguyện tu trì.
Đã qua đời:
Ác đạo xa lìa,
Chóng thành Phật quả.
Ngưỡng trông các đức Như Lai,
Khắp cõi hư không,
Từ bi gia hộ.

**Niệm danh hiệu Phật – Bồ Tát**
Nam Mô Bổn Sư Thích Ca Mâu Ni Phật. O (30 lần)
Nam Mô A Di Đà Phật. O (10 lần)
Nam Mô Đại Hiếu Mục Kiền Liên Bồ Tát. O (10 lần)
Nam Mô Địa Tạng Vương Bồ Tát. O (10 lần)
Nam Mô Thanh Tịnh Đại Hải Chúng Bồ Tát. O (10 lần)

*(Tất cả đứng dậy tụng tiếp phần còn lại)*

**Bát Nhã Tâm Kinh**

**Tam Tự Quy Y**

**Hồi hướng vãng sanh**

Nguyện sanh Tịnh độ cảnh Tây phương
Chín phẩm hoa sen là cha mẹ
Hoa nở thấy Phật ngộ vô sanh
Bất thối bồ tát là bạn hữu. O
Nguyện đem công đức này
Hướng về khắp tất cả
Đệ tử và chúng sanh
Đều trọn thành Phật đạo. (O)

*(Tất cả xá rồi lui ra, hoàn mãn buổi lễ)*

# NGHI THỨC CÚNG DƯỜNG
# LỄ VÍA PHẬT THÀNH ĐẠO

### *(Ngày 08 tháng chạp âm lịch)*

**Niêm hương lễ bái**

*(Chủ lễ thành tâm dâng hương, mặc niệm)*

**Tịnh Pháp giới chơn ngôn**

Úm lam xoá ha *(3 lần)*

**Tịnh tam nghiệp chơn ngôn**

Úm ta phạ bà phạ, truật đà ta phạ, đạt ma ta phạ,
bà phạ truật độ hám *(3 lần)*

*(Sau đó tuyên xướng kệ niêm hương)*

**Kệ Cúng hương**

**Tán Phật**

**Kỳ nguyện**

Nay chính là ngày Đức Thích Tôn thành đạo, đem pháp mầu giáo hóa thế gian.

Chúng con một dạ vui mừng, cúng dường, kỷ niệm, kính dâng một nén tâm hương, ba nghiệp tinh cần, cúi đầu đảnh lễ, nguyện y lời Phật dạy, trì tụng kinh chú, xưng tán hồng danh, quyết theo Phật pháp làm lành, báo đền công ơn hóa độ, tâm bồ đề kiên cố, chí tu học vững bền, cùng pháp giới chúng sanh, nghiệp chướng tiêu trừ, căn lành viên mãn, mau chứng quả vô thượng bồ đề.

Ngưỡng mong Phật trí cao vời, từ bi chứng giám.

Nam Mô Bổn Sư Thích Ca Mâu Ni Phật *(3 lần)*

*(Chủ lễ đứng dậy cắm hương vào lư*
*và chắp tay tán Phật – quán tưởng)*

**Quán tưởng**

**Đảnh lễ Tam bảo**

*(khai chuông mõ, toàn thể đồng quỳ tụng)*

**Trì Niệm Chú Đại Bi**

**BÀI TỤNG LỄ PHẬT THÀNH ĐẠO**

Hào quang chiếu diệu
Sáng tỏa mười phương
Ngộ lý chơn thường
Phá màn hôn ám
Đệ tử lòng thành bái sám
Trước điện dâng hoa
Cúng dường Phật Tổ Thích Ca
Ba ngôi thường trú
Đệ tử chúng con:
Nhân lành chưa đủ
Nghiệp báo theo hoài
Nay nhờ Văn Phật Như Lai
Giáng trần cứu độ
Sáu năm khổ hạnh
Bảy thất tham thiền
Ma oán dẹp yên
Thần long che chở
Tâm quang rực rỡ
Chứng lục thần thông
Lộ chiếu minh tinh

Đạo thành Chánh giác
Trời người hoan lạc
Dậy tiếng hoan hô
Năm mươi năm hóa độ
Ba trăm hội đàm kinh
Cứu phàm ngu thoát khỏi mê đồ
Tiếp hiền thánh siêu sanh Tịnh độ
Muôn đời xưng tán
Vạn đức hồng danh
Đệ tử chí thành
Lễ bày kỷ niệm
Tâm hương phụng hiến
Gọi chút báo ân
Ngửa mong vô thượng Pháp vương
Từ bi gia hộ.

**Niệm danh hiệu Phật – Bồ Tát**
Nam Mô Bổn Sư Thích Ca Mâu Ni Phật. O *(30 lần)*
Nam Mô Đại Trí Văn Thù Sư Lợi Bồ Tát. O *(3 lần)*
Nam Mô Đại Hạnh Phổ Hiền Bồ Tát. O *(3 lần)*
Nam Mô Đại Bi Quán Thế Âm Bồ Tát. O *(3 lần)*
Nam Mô Đạo Tràng Hội Thượng Phật Bồ Tát. O *(3 lần)*

*(Tất cả đứng dậy tụng tiếp phần còn lại)*

**Bát Nhã Tâm Kinh**

**Tam Tự Quy Y**

**Hồi hướng**

Nguyện đem công đức này
Hướng về khắp tất cả
Đệ tử và chúng sanh
Đều trọn thành Phật đạo. O

# NGHI THỨC CÚNG DƯỜNG
# LỄ VÍA PHẬT XUẤT GIA

*(Ngày 08 tháng 02 âm lịch)*

**Niêm hương lễ bái**

*(Chủ lễ thành tâm dâng hương, mặc niệm)*

**Tịnh Pháp giới chơn ngôn**

Úm lam xoá ha *(3 lần)*

*Tịnh tam nghiệp chơn ngôn*

Úm ta phạ bà phạ, truật đà ta phạ, đạt ma ta phạ, bà phạ truật độ hám *(3 lần)*

*(Sau đó tuyên xướng kệ niêm hương)*

**Kệ Cúng hương**

**Tán Phật**

**Kỳ nguyện**

Nay chính là ngày kỷ niệm Đức Thích Tôn xuất gia tầm đạo, đem pháp mầu giáo hóa thế gian. Chúng con một dạ vui mừng, cúng dường, kỷ niệm, kính dâng một nén tâm hương, ba nghiệp tinh cần, cúi đầu đảnh lễ, nguyện y lời Phật dạy, trì tụng kinh chú, xưng tán hồng danh, quyết theo Phật pháp làm lành, báo đền công ơn hóa độ, tâm bồ đề kiên cố, chí tu học vững bền, cùng pháp giới chúng sanh, nghiệp chướng tiêu trừ, căn lành viên mãn, mau chứng quả vô thượng bồ đề. Ngưỡng mong Phật trí cao vời, từ bi chứng giám.

Nam Mô Bổn Sư Thích Ca Mâu Ni Phật *(3 lần)*

*(Chủ lễ đứng dậy cắm hương vào lư*
*và chắp tay tán Phật – quán tưởng)*

**Quán tưởng**

**Đảnh lễ Tam bảo**

*(khai chuông mõ, toàn thể đồng quỳ tụng)*

**Trì Niệm Chú Đại Bi**

## BÀI TỤNG VÍA PHẬT XUẤT GIA

Kính lạy Bồ Tát Tất Đạt Đa,
Tánh đức từ bi hằng biểu lộ,
Trải bao cuộc du hành mục đổ,
Xót sinh linh kiếp số trầm luân,
Cảnh sinh, già, đau, chết, gian truân,
Luống chịu khổ không ngừng gây khổ.
Mê chấp tánh tham, si, tật đố,
Mãi cùng nhau vầy ổ oan gia,
Nợ tuần hoàn vay trả không xa,
Trong sáu đạo trùng phùng quanh quẩn.
Bồ Tát dũ Bà tâm lân mẫn
Quyết hy sinh độ tận hữu tình,
Đoạn ái ân phú quí riêng mình,
Chọn điệu sống quang minh vô trụ,
Tìm hạnh phúc lâu dài đẩy đủ,
Cùng quần sinh hưởng thú yên lành,
Gặp tuần trăng giữa lúc đêm thanh,
Rời cung cấm băng thành tìm đạo.
Hiếu tình đặt ra ngoài quyển sáo
Mở lòng thương đại tạo bao la
Chiếc thân vui bạn với yên hà

Theo tiếng gọi lòng từ giục nhắc.
Lên yên ngựa cùng tôi Xa Nặc,
Lướt bụi hồng hướng nẻo rừng xanh,
Non sông gấm vóc thiên thành,
Cỏ hoa hớn hở bao quanh đón chào.
A Nô Ma sóng vỗ rạt rào,
Hy Mã Lạp tuyết ngời lóng lánh,
Nơi đánh dấu bước đường lên Thánh,
Dừng vó câu thả gánh tang bồng
Gởi lời về tâu trước bệ rồng,
Cầu vương phụ giải lòng trông đợi.
Rừng khổ hạnh lần dò bước tới,
Xét hành nhơn lầm lỗi nhiều phương,
Bởi người chưa rõ lý chơn thường,
Hạnh kỳ đặc hồi đầu vô ích
Tạm dời gót trên đường điểu tích
Tìm tận nơi tịch mịch thiên nhiên,
Trọn sáu năm núi Tuyết tham thiền,
Kham chịu cảnh màn trời chiếu đất;
Đầy ba đức cõi lòng chơn tịnh
Không ngại ngùng thú dữ ma thiêng.
Công đức vừa đầy đủ nhơn duyên,
Trên Pháp tọa Bồ đề chứng quả.
Hóa độ khắp đại thiên thiên hạ,
Muôn loài đều một dạ ghi ơn.
Chúng con nay phát nguyện tu nhơn,
Nhờ tắm gội từ vân pháp vũ.
Trước bảo điện trì kinh niệm chú,
Kỷ niệm ngày lịch sử thiêng liêng,
Cúi xin Phật, Pháp, Thánh, Hiền,
Gia hộ chóng tiêu trừ nghiêp chướng.
Ngưỡng mộ đấng Pháp vương vô thượng,

Nhứt tâm đồng đảnh lễ quy y.

**Niệm danh hiệu Phật – Bồ Tát**

Nam Mô Bổn Sư Thích Ca Mâu Ni Phật. O *(30 lần)*

Nam Mô Đại Trí Văn Thù Sư Lợi Bồ Tát. O *(3 lần)*

Nam Mô Đại Hạnh Phổ Hiền Bồ Tát. O *(3 lần)*

Nam Mô Đại Bi Quán Thế Âm Bồ Tát. O *(3 lần)*

Nam Mô Đạo Tràng Hội Thượng Phật Bồ Tát. O *(3 lần)*

*(Tất cả đứng dậy tụng tiếp phần còn lại)*

**Bát Nhã Tâm Kinh**

**Tam Tự Quy Y**

**Hồi hướng.**

# NGHI THỨC CÚNG DƯỜNG LỄ VÍA PHẬT NHẬP NIẾT BÀN

*(Ngày 15 tháng 02 âm lịch)*

**Niêm hương lễ bái**

*(Chủ lễ thành tâm dâng hương, mặc niệm)*

**Tịnh Pháp giới chơn ngôn**

Úm lam xoá ha *(3 lần)*

**Tịnh tam nghiệp chơn ngôn**

Úm ta phạ bà phạ, truật đà ta phạ, đạt ma ta phạ, bà phạ truật độ hám *(3 lần)*

*(Sau đó tuyên xướng kệ niêm hương)*

**Kệ Cúng hương**

**Tán Phật**

**Kỳ nguyện**

Nay chính là ngày kỷ niệm Đức Thích Tôn Nhập Niết bàn, lưu phước lành giáo hóa chúng sanh. Chúng con một dạ vui mừng, cúng dường, kỷ niệm, kính dâng một nén tâm hương, ba nghiệp tinh cần, cúi đầu đảnh lễ, nguyện y lời Phật dạy, trì tụng kinh chú, xưng tán hồng danh, quyết theo Phật pháp làm lành, báo đền công ơn hóa độ, tâm bồ đề kiên cố, chí tu học vững bền, cùng pháp giới chúng sanh, nghiệp chướng tiêu trừ, căn lành viên mãn, mau chứng quả vô thượng bồ đề. Ngưỡng mong Phật trí cao vời, từ bi chứng giám.

Nam Mô Bổn Sư Thích Ca Mâu Ni Phật *(3 lần)*

*(Chủ lễ đứng dậy cắm hương vào lư*
*và chắp tay tán Phật – quán tưởng)*

## Quán tưởng

## Đảnh lễ Tam bảo

*(khai chuông mõ, toàn thể đồng quỳ tụng)*

## Trì niệm Chú Đại Bi

# BÀI TỤNG VÍA PHẬT NHẬP NIẾT BÀN

Đệ tử nay một lòng thành kính,
Giờ phút này quì giữa Đạo tràng.
Kỷ niệm ngày Phật Bát Niết Bàn,
Trên đất Ấn thành Câu Thi cũ.
Bốn bộ chúng tổ thành đầy đủ,
Khắp Nhân Thiên hóa độ chu chuân.
Chấp thuận lời cầu thỉnh Ba Tuần,
Xả tuổi thọ trước kỳ ba tháng,
Thần thông tạm trụ nơi thân mạng,
Pháp yếu cần Di giáo Tôn đồ,
Đại Tập đường hội họp Bí sô,
Nhắc nhở lại các phần đạo phẩm,
Khuyên tinh tấn thời thường suy gẫm,
Chớ mảy may lười biếng buông lung,
Liền phóng quang chiếu diệu lạ lùng,
Khai thị trước nhân duyên diệt độ.
Đều ba cõi Nhân Thiên thống khổ,
Tiếc thương tràn huyết lệ thành mưa,
Sự tình hai nghìn rưỡi năm xưa,
Giở Di giáo Niết bàn đọc lại.
Cảm động quá, lòng con tê tái,

Tưởng tượng nhìn trạng thái Sa la,
Giữa hàng cây Song thọ Diêm đà.
Trên ngọn tháp nghiêng mình Từ Phụ.
Khắp đại chúng mặt mày ủ rủ,
Khóc than vật vã cực bi ai,
Thế Tôn khuyên nén bớt tình hoài,
Nhìn đạo lý vô thường sự vật,
Đừng chấp trước huyễn thân còn mất,
Hãy nương theo giới luật tu trì,
Phật diệt còn Pháp đó quy y,
Tinh nhất hẳn tới kỳ giải thoát.
Kiến giải có gì chưa dứt khoát,
Chóng nêu lên, cầu quyết tân nghi,
Nhập Niết bàn đã sắp tới thì,
Thời khắc đúng như khi thành Đạo.
Nghe phó chúc lòng càng áo não,
Trăm mắt nhìn thấu đạo Kim Thân,
Chi tiết ngưng giao động lần lần,
Như Lai đã chứng vui tịch diệt.
Bốn chúng thảy nghẹn ngào mến tiếc,
Khác nào đàn con mất mẹ hiền,
Thụy linh ứng khắp Đại thiên,
Tu Di nghiêng ngã đất liền động rung!
Phạm Vương, Đế Thích, Thiên Cung,
Tung hoa trổi nhạc không trung cúng dường.
Chúng con phúc bạc vận ương,
Sinh xa đời Phật, thiếu phương tiện lành,
Thiết tha cầu chứng vô sanh,
Giới hương biểu lộ, tác thành cúng dâng,
Cúi xin Vô Thượng Năng Nhân.Từ bi gia hộ.

**Niệm danh hiệu Phật – Bồ Tát**
Nam Mô Bổn Sư Thích Ca Mâu Ni Phật. O *(30 lần)*

Nam Mô Đại Trí Văn Thù Sư Lợi Bồ Tát. O *(3 lần)*

Nam Mô Đại Hạnh Phổ Hiền Bồ Tát. O *(3 lần)*

Nam Mô Đại Bi Quán Thế Âm Bồ Tát. O *(3 lần)*

Nam Mô Đạo Tràng Hội Thượng Phật Bồ Tát. O *(3 lần)*

*(Tất cả đứng dậy tụng tiếp phần còn lại)*

**Bát Nhã Tâm Kinh**

**Tam Tự Quy Y**

**Hồi hướng.**

# NGHI THỨC CÚNG DƯỜNG LỄ VÍA KHÁNH ĐẢN PHẬT DI LẶC

*(ngày 01 tháng 01 tân niên âm lịch)*

**Niêm hương lễ bái**

*(Chủ lễ thành tâm dâng hương, mặc niệm)*

**Tịnh Pháp giới chơn ngôn**

Úm lam xoá ha *(3 lần)*

**Tịnh tam nghiệp chơn ngôn**

Úm ta phạ bà phạ, truật đà ta phạ, đạt ma ta phạ,
bà phạ truật độ hám *(3 lần)*

*(Sau đó tuyên xướng kệ niêm hương)*

**Kệ Cúng hương**

**Tán Phật**

**Kỳ nguyện**

Nay chính là ngày đầu xuân, Kỷ niệm ngày Khánh Đản Đức Di Lặc Tôn Phật, ban phước lành giáo hóa chúng sanh. Chúng con một dạ vui mừng, cúng dường, kỷ niệm, kính dâng một nén tâm hương, ba nghiệp tinh cần, cúi đầu đảnh lễ, nguyện y lời Phật dạy, trì tụng kinh chú, xưng tán hồng danh, quyết theo Phật pháp làm lành, báo đền công ơn hóa độ, tâm bồ đề kiên cố, chí tu học vững bền, cùng pháp giới chúng sanh, nghiệp chướng tiêu trừ, căn lành viên mãn, mau chứng quả vô thượng bồ đề. Ngưỡng mong Phật trí cao vời, từ bi chứng giám.

Nam Mô Long Hoa Giáo Chủ Đương Lai Hạ Sanh Di Lặc Tôn Phật *(3 lần)*

*(Chủ lễ đứng dậy cắm hương vào lư và chắp tay tán Phật – quán tưởng)*

**Quán tưởng**

**Đảnh lễ Tam bảo**

*(khai chuông mõ, toàn thể đồng quỳ tụng)*

**Trì niệm Chú Đại Bi**

**BÀI TỤNG VÍA PHẬT DI LẶC ĐẢN SANH**

Nam mô Long Hoa Giáo Chủ Từ Thị Di Lặc Tôn Phật. *(3 lần)*
Đêm nay ngày lành Nguyên đán,
Giờ này phút thiêng Giao thừa,
Chúng con: Tuân lệ cổ tục ngày xưa,
Mở cửa nghinh xuân tiếp phước,
Truyền thừa Di phong thuở trước,
Lên chùa lễ Phật dâng hương.
Cầu minh niên vạn sự cát tường,
Nguyện xuân nhật Tam nguyên như ý!
Cũng trong lễ hôm nay:
Nhớ xưa có Đại sĩ,
Đức Di Lặc hóa sinh,
Huyện Phụng Hóa, Châu Minh,
Thuộc đời Lương, Trung Quốc.
Tin vui của trời đất,
Ân huệ của nhân sinh.
Ngài có một thân hình,
Đầy từ bi hoan hỷ.
Ngài có nhiều thần bí,

Rất khó nghĩ khôn lường.
Và không ít dị thường,
Thật ngờ phàm ngại thánh.
Người có nhiều kỳ hạnh,
Nói năng không định lời
Xôn xao trong một thời,
Không ai biết sự thật.
Có người bảo là Phật,
Có kẻ gọi là Thầy,
Đi khất thực đó đây,
Ai cúng gì cũng lấy,
Bị vải treo đầu gậy,
Vật phẩm chứa không đầy,
Có lúc thấy ở đây,
Có khi gặp nơi khác.
Khuyên người chớ làm ác,
Dạy người nên làm lành,
Không ai biết tánh danh,
Gọi Bố đại (3) Hòa Thượng.
Một hôm người dừng trượng, (4)
Tại núi chùa Nhạc Lâm,
Ngồi trên đá định tâm,
Nói bài kệ vắn tắt:
"Rằng ta chơn Di Lặc
Phân thân ngàn muôn ức,
Thường hiện trước mọi người
Mọi người tự không biết".
Nói xong Ngài nhập diệt,
Diệt Đông lại sanh Tây,
Ứng hóa khắp đó đây,
Vận thần thông diệu dụng.
Và trong một dịp khác:

Trước một số dân chúng,
Ngài tuyên bố như vầy:
"Ta có một vị Thầy (Phật)
Mọi người đều không biết,
Không tô vẽ sơn thiếp,
Không một chút thể sắc,
Không chạm trổ điêu khắc,
Không một chút cát bụi,
Sạch sẽ không lau chùi.
Người vẽ vẽ không thành,
Kẻ trộm lấy không được,
Thể tánh vốn tự nhiên.
Tuy là có một thể,
Phân thân ngàn muôn ức".
Ngài sử dụng thần lực,
Hóa hiện khắp nhơn thiên,
Dạy vẻ kẻ hữu duyên,
Dắt dìu người ít phúc.
Xa lánh đời trần tục,
Đưa về cõi Thiên cung.
Hẹn Long Hoa tam hội trùng phùng,
Nguyện Suất Đà nhất sanh thân cận.
Giờ này mọi nhà kính cẩn,
Xưng dương tán lễ Hồng danh,
Đêm nay trăm họ chí thành,
Trân trọng cúng dường vía Thánh.
Trăm hoa hân hạnh,
Mừng hóa Phật giáng sinh;
Muôn vật vương mình,
Đón xuân khai thái.
Đến đây tất cả chúng con:
Cúi đầu lễ bái,

Cầu gia đình hạnh phúc an khương;
Ngửa mặt dâng hương,
Nguyện nước nhà hòa bình hưng thịnh.
Năm châu an định ,
Bốn biển thanh bình,
Tình với vô tình,
Đồng thành Phật đạo.

**Niệm danh hiệu Phật – Bồ Tát**

Nam Mô Bổn Sư Thích Ca Mâu Ni Phật. O *(10 lần)*

Nam Mô Đương Lai Hạ Sanh Di Lặc Tôn Phật. O *(10 lần)*

Nam Mô Đại Trí Văn Thù Sư Lợi Bồ Tát. O *(3 lần)*

Nam Mô Đại Hạnh Phổ Hiền Bồ Tát. O *(3 lần)*

Nam Mô Đại Bi Quán Thế Âm Bồ Tát. O *(3 lần)*

Nam Mô Đạo Tràng Hội Thượng Phật Bồ Tát. O *(3 lần)*

*(Tất cả đứng dậy tụng tiếp phần còn lại)*

**Bát Nhã Tâm Kinh**

**Tam Tự Quy Y**

**Hồi hướng.**

# NGHI THỨC CÚNG DƯỜNG LỄ VÍA KHÁNH ĐẢN PHẬT A DI ĐÀ

*(ngày 17 tháng 11 âm lịch)*

**Niêm hương lễ bái**

*(Chủ lễ thành tâm dâng hương, mặc niệm)*

**Tịnh Pháp giới chơn ngôn**

Úm lam xoá ha *(3 lần)*

**Tịnh tam nghiệp chơn ngôn**

Úm ta phạ bà phạ, truật đà ta phạ, đạt ma ta phạ,
bà phạ truật độ hám *(3 lần)*

*(Sau đó tuyên xướng kệ niêm hương)*

**Kệ Cúng hương**

**Tán Phật**

**Kỳ nguyện**

Nay chính là Kỷ niệm ngày Khánh Đản Đức Tây Phương Giáo
Chủ Tiếp Dẫn Đạo Sư A Di Đà Phật, ban phước lành giáo hóa
chúng sanh. Chúng con một dạ vui mừng, cúng dường, kỷ niệm,
kính dâng một nén tâm hương, ba nghiệp tinh cần, cúi đầu đảnh
lễ, nguyện y lời Phật dạy, trì tụng kinh chú, xưng tán hồng danh,
quyết theo Phật pháp làm lành, báo đền công ơn hóa độ, tâm bồ đề
kiên cố, chí tu học vững bền, cùng pháp giới chúng sanh, nghiệp
chướng tiêu trừ, căn lành viên mãn, mau chứng quả vô thượng bồ

để. Ngưỡng mong Phật trí cao vời, từ bi chứng giám.

Nam Mô Tây Phương Cực Lạc Thế Giới Đại Từ Đại Bi A Di Đà Phật *(3 lần)*

*(Chủ lễ đứng dậy cắm hương vào lư và chắp tay tán Phật – quán tưởng)*

### Quán tưởng

### Đảnh lễ Tam bảo

*(khai chuông mõ, toàn thể đồng quỳ tụng)*

### Trì niệm Chú Đại Bi

## BÀI TỤNG VÍA PHẬT A DI ĐÀ ĐẢN SANH

Nam mô Tây phương Giáo Chủ Đại Từ Đại Bi
Tiếp Dẫn Đạo Sư A Di Đà Phật. *(3 lần)*

Chúng con cung kính nghe rằng:
Thân vàng tươi tốt,
Ba đời uy đức huy hoàng;
Ao báu sen vàng,
Mười cõi hào quang rực rỡ.
Tịnh nghiệp pháp môn nguyện mở,
Thiện nhơn liên xã xin đăng,
Theo ngài Tuệ Viễn cao tăng,
Niệm Phật vãng sanh Thánh cảnh.
Nhớ đức Di Đà Đại thánh,
Thương tình tiếp dẫn Lạc bang.
Hôm nay tất cả chúng con:
Cung kính quỳ trước đạo tràng,
Chí thành dâng nguyện lên pháp cúng.
Di Đà kinh văn phúng tụng,
Hồng danh Thánh hiệu xưng dường
Dâng đủ ngũ căn hương,

Cúng đầy bát đức thủy.
Cùng thất chi quả quí,
Với chúng diệu hoa tươi.
Cúng dường Cực lạc Đạo sư,
Tôn vinh giờ thiêng vía Thánh
Đông Tây hai cảnh,
Cảm cách một lòng,
Cúi đầu cầu mong,
Dủ lòng chứng giám.
Tất cả chúng con nghĩ rằng:
Tự tánh Di Đà mặc cảm,
Duỳ tâm Tịnh độ nghĩ suy.
A Di Đà Phật là gì?
Là vô lượng quang,
Vô lượng thọ,
Là vô biên trí tuệ từ bi!
Duy tâm Tịnh độ là gì?
Là đất nước trang nghiêm công đức
Là phương trời tự tại an vui!
Thế nhưng tất cả chúng con,
Từ vô thỉ kiếp đến nay:
Sáu đường sanh tử tới lui,
Ba cõi luân hồi qua lại.
Đến như thế giới chúng con:
Tám nạn, ba tai kinh hãi,
Bốn suy, tám khổ chán chường.
Đến đây tất cả chúng con:
Nguyện phát minh thể tánh chơn thường,
Hầu thấy Di Đà tự tánh.
Mong xây dựng cuộc đời đạo hạnh,
Ngộ thành Tịnh độ duy tâm.
Cúi đầu thệ nguyện âm thầm,

Ngửa mặt tán dương bày tỏ.
Nam mô Tây phương Giáo Chủ
Tiếp Dẫn Đạo Sư A Di Đà Phật,
tác đại chứng minh.

**Duy nguyện:**

Núi bạch hào uyển chuyển,
Biển thệ nguyện bao la.
Thả thuyền vô để đến Ta bà,
Rước chúng hữu tình về Cực lạc.
Đồng lên bờ giác,
Cùng thoát bến mê,
Viên mãn lời thệ,

Vuông tròn ý nguyện.

**Niệm danh hiệu Phật – Bồ Tát**

Nam Mô Bổn Sư Thích Ca Mâu Ni Phật. O *(10 lần)*
Nam Mô A Di Đà Phật *(10 lần)*
Nam Mô Đại Trí Văn Thù Sư Lợi Bồ Tát. O *(3 lần)*
Nam Mô Đại Hạnh Phổ Hiền Bồ Tát. O *(3 lần)*
Nam Mô Đại Bi Quán Thế Am Bồ Tát. O *(3 lần)*
Nam Mô Đạo Tràng Hội Thượng Phật Bồ Tát. O *(3 lần)*

*(Tất cả đứng dậy tụng tiếp phần còn lại)*

**Bát Nhã Tâm Kinh**

**Tam Tự Quy Y**

**Hồi hướng.**

# NGHI THỨC CÚNG DƯỜNG LỄ VÍA ĐỨC BỒ TÁT QUÁN THẾ ÂM

### (ngày 19/ 2, 19/ 6, 19/ 9 âm lịch)

**Niêm hương lễ bái**

*(Chủ lễ thành tâm dâng hương, mặc niệm)*

**Tịnh Pháp giới chơn ngôn**

Úm lam xoá ha *(3 lần)*

**Tịnh tam nghiệp chơn ngôn**

Úm ta phạ bà phạ, truật đà ta phạ, đạt ma ta phạ,
bà phạ truật độ hám *(3 lần)*

*(Sau đó tuyên xướng kệ niêm hương)*

**Kệ Cúng hương**

**Tán Phật**

**Kỳ nguyện**

Nay chính là Kỷ niệm ngày… Đức Bồ Tát Quán Thế Âm, ban
phước lành giáo hóa chúng sanh. Chúng con một dạ vui mừng,
cúng dường, kỷ niệm, kính dâng một nén tâm hương, ba nghiệp
tinh cần, cúi đầu đảnh lễ, nguyện y lời Phật dạy, trì tụng kinh chú,
xưng tán hồng danh, quyết theo Phật pháp làm lành, báo đền công
ơn hóa độ, tâm bồ đề kiên cố, chí tu học vững bền, cùng pháp giới
chúng sanh, nghiệp chướng tiêu trừ, căn lành viên mãn, mau
chứng quả vô thượng bồ đề. Ngưỡng mong Phật trí cao vời, từ bi

chứng giám.

Nam Mô Đại Bi Quán Thế Âm Bồ Ma Ha Tát *(3 lần)*

*(Chủ lễ đứng dậy cắm hương vào lư và chắp tay tán Phật – quán tưởng)*

**Quán tưởng**

**Đảnh lễ Tam bảo**

*(khai chuông mõ, toàn thể đồng quỳ tụng)*

**Trì niệm Chú Đại Bi**

**BÀI TỤNG VÍA ĐỨC BỒ TÁT QUÁN THẾ ÂM**

Nam mô Đại Bi Quán Thế Âm Bồ Tát. *(3 lần)*

Chúng con cung kính nghe rằng:
Hương sơn đại định,
Viên thành ngàn vạn Đà la;
Nam hải trùng ba,
Quảng phát mười hai diệu hạnh.
"Viên Thông" hiệu thánh,
"Tự Tại" tên lành,
Cứu khổ tầm thanh,
Độ sanh tùy nguyện.
Hôm nay đạo tràng khai diễn,
Giờ này Thánh lễ cử hành,
Kính dâng hoa giác đôi cành,
Phụng hiến hương lòng một đảnh.
Cúng dường Quan Âm vía Thánh,
Lễ bái Bồ Tát mẹ hiền,
Ngửa mong Đại sĩ linh thiêng,
Dủ ánh quang minh chứng giám!
Chúng con còn nhớ rằng:
Thuở xưa Chánh Pháp Minh Vương,

Đời nay Quán Âm Bồ Tát.

Trợ Phật Di Đà Cực lạc,
Tràng phan tiếp dẫn Tây thiên;
Giúp thầy Thích thị Kỳ Viên,
Thuyết pháp độ sanh Đông độ.
Hiện ba hai (32) thân cứu khổ,
Độ hai bảy (27) chướng nạn cầu!
Đa phương diệu dụng nhiệm mầu,
Nhất niệm thần thông hiển hiện.
Nhơn gian gái trai biết tiếng,
Thiên hạ già trẻ nghe danh.
Phổ môn tụng niệm chí thành,
Bát Nhã thọ trì cung kính.
Cành dương sái tịnh,
Nước pháp tẩy trần;
Gia hộ nhân dân,
Dắt dìu Phật tử.
Tôn thờ khắp xứ,
Tín ngưỡng mọi nhà;
Công đức Phật bà,
Vô biên bất tận!
Chúng con cũng tự nghĩ rằng:
Sanh thời mạt vận,
Sống kiếp hậu sanh,
Đạo nghiệp khó thành,
Chướng duyên dễ ngại,
Tu hành giải đãi,
Danh lợi tìm cầu.
Vì vậy:
Bể khổ còn sâu,
Sông mê chưa cạn,
Ba tai tám nạn,

Sáu cõi ba đường.

Bất trắc tai ương,

Vô thường biến động,

Hoài nghi kiếp sống,

Hồi hộp cuộc đời,

Khó hỏi đất trời,

Dễ tin số mạng.

Do đó:

Nếu không nhờ mẹ hiền cứu nạn,

Không mong gì con dại thoát tai.

Từ tâm cứu khổ muôn loài,

Bi nguyện dắt dìu quảng đại.

Trước đài một lòng lễ bái,

Trên tọa muôn đức cảm thông.

Nam mô Đại Từ Đại Bi Cứu Khổ Cứu Nạn
Quán Thế Âm Bồ Tát. *(3 lần)*

**Niệm danh hiệu Phật – Bồ Tát**

Nam Mô Bổn Sư Thích Ca Mâu Ni Phật. O *(10 lần)*

Nam Mô A Di Đà Phật *(10 lần)*

Nam Mô Đại Trí Văn Thù Sư Lợi Bồ Tát. O *(3 lần)*

Nam Mô Đại Hạnh Phổ Hiền Bồ Tát. O *(3 lần)*

Nam Mô Đại Bi Quán Thế Âm Bồ Tát. O *(3 lần)*

Nam Mô Đạo Tràng Hội Thượng Phật Bồ Tát. O *(3 lần)*

*(Tất cả đứng dậy tụng tiếp phần còn lại)*

**Bát Nhã Tâm Kinh**

**Tam Tự Quy Y**

**Hồi hướng.**

# NGHI THỨC THỌ TRAI CỦA GĐPT VIỆT NAM

***Nhận định rằng:***

Chúng ta là một Đoàn thể Giáo dục trên nền tảng giáo lý Phật đà, hiện nay được công nhận là một thực thể ở trong lòng đạo pháp và dân tộc.

Tính nề nếp, tính kỷ luật và nét đẹp của tổ chức cần được duy trì và phát huy để tăng thêm giá trị tinh thần trong đời sống lam viên và trong mắt nhân quần xã hội.

Mỗi bữa ăn của chúng ta là do nhiều nhân duyên thù thắng tựu thành trong khi tự thân Anh Chị Em mình phước mỏng huệ mờ mà đón nhận quá nhiều công đức thì khó mà kham nỗi.

Chư Tăng, Ni khi thọ trai còn cử hành nghi thức quá đường để tác pháp cúng dường và hồi hướng công đức, thanh tịnh thọ trai để tăng trưởng phước đức.

Noi theo tinh thần đó, áo lam chúng ta kiến tập nghi thức này để đạo tràng (sinh hoạt trại mạc, tu học, dự lễ của Lam viên,…) đồng thực hiện.

***Những lưu ý thiết yếu:***

- Đây là phần lược khoa nghi cúng quá đường cho đơn giản, phù hợp với sinh hoạt của chúng ta. Như pháp cử hành và chỉ thực hiện trong giờ ngọ trai mà thôi. Trường hợp ăn chiều thì chúng ta chỉ chắp tay niệm thầm 3 lần danh hiệu Phật rồi tùy nghi thọ dụng.

- Khi dùng cơm cùng nhau thực hiện việc ăn như sau: ngồi ngay ngắn, tránh chạy nhảy, không cười nói, thanh tịnh thọ trai, nhai từ tốn, ăn bằng muỗng, gắp thức ăn bằng đũa cho hợp vệ sinh, giữ sự trang nghiêm cho đến khi hoàn tất phần thọ trai của chúng ta.

- Phần phục nguyện hồi hướng công đức cho buổi lễ tùy nghi vì phần này không bắt buộc phải có.

- Chúng ta có thể cử hành việc thọ trai trang nghiêm, đúng pháp bằng cách cử một Huynh trưởng hướng dẫn cho toàn thể đại chúng (đọc to, rõ để mọi người cùng tâm niệm).

***Tiết thứ cử hành:***

1. Đồng ngồi trang nghiêm và xới cơm ra chén của mình, cắm muỗng vào chén xoay phần lõm ra ngoài để bày tỏ sự cung kính cúng dường.

2. Tất cả đồng chắp tay niệm: Nam Mô Bổn Sư Thích Ca Mâu Ni Phật (03 lần)

3. Tiếp theo cùng nhau dùng 02 tay nâng bát cơm lên ngang trán thầm niệm:

*Tay bưng bát cơm*
*Nguyện cho chúng sanh*
*Pháp khí thành tựu*
*Nhận trời người cúng dường*

4. Dùng muỗng lấy 03 muỗng cơm trắng ăn từng muỗng và quán niệm (tam đề):

- Muỗng thứ 01: Nguyện dứt tất cả các đều ác

- Muỗng thứ 02: Nguyện làm tất cả các đều lành

- Muỗng thứ 03: Nguyện độ hết thảy chúng sanh

5. Tay cầm bát cơm để ngang bụng và mắt nhìn vào quán niệm 05 điều (ngũ quán)

- Điều quán niệm thứ 01: Thức ăn này từ đâu mà có công của

người khó khổ biết bao.

- Điều quán niệm thứ 02: Xét thấy đức hạnh mình đủ hay thiếu mà thọ dụng thức ăn này.

- Điều quán niệm thứ 03: Quán thức ăn này cốt dẹp sạch tham–sân–si.

- Điều quán niệm thứ 04: Quán thức ăn này như thuốc uống để trị bệnh ốm gầy.

- Điều quán niệm thứ 05: Quán vì thành đạo nghiệp mới thọ dụng thức ăn này.

6. Mời đại chúng đồng thọ trai

7. Sau khi thọ trai xong, tất cả cùng nhau cử hành phần kiết trai (kết thúc buổi ăn và hồi hướng công đức) theo nghi thức như sau:

- Tụng kệ kiết trai:

*Thọ trai đã xong*
*Nguyện cho chúng sanh*
*Việc làm đều được*
*Đầy đủ Phật pháp*

- Phục nguyện *(nếu có)*

- Hồi hướng công đức:

*Nguyện đem công đức này*
*Hướng về khắp tất cả*
*Đệ tử và chúng sanh*
*Đều trọn thành Phật đạo.*

PHỤ ĐÍNH
# PHẦN NGHI THỨC

# KINH A DI ĐÀ
*(Hán văn)*

Như thị ngã văn: Nhứt thời Phật tại Xá Vệ quốc, Kỳ thọ Cấp Cô Độc viên, dữ đại Tỳ kheo tăng, thiên nhị bá ngũ thập nhơn câu, giai thị đại A La hán, chúng sở tri thức:

Trưởng lão Xá Lợi Phất, Ma Ha Mục Kiền Liên, Ma Ha Ca Diếp, Ma Ha Ca Chiên Diên, Ma Ha Câu Hy La, Li Bà Đa, Châu Lợi Bàn Đà Dà, Nan Đà, A Nan Đà, La Hầu La, Kiều Phạm Ba Đề, Tân Đầu Lô Phả La Đọa, Ca Lưu Đà Di, Ma Ha Kiếp Tân Na, Bạc Câu La, A Nâu Lâu Đà, như thị đẳng chư đại đệ tử, tinh chư Bồ tát Ma ha tát. Văn Thù Sư Lợi Pháp Vương Tử, A Dật Đa Bồ tát, Càn Đà Ha Đề Bồ tát, Thường Tinh Tấn Bồ tát, dữ như thị đẳng, chư đại Bồ tát; cập Thích Đề Hoàn Nhơn đẳng, vô lượng chư thiên, đại chúng câu.

Nhĩ thời Phật cáo Trưởng lão Xá Lợi Phất: "Tùng thị Tây phương quá thập vạn ức Phật độ, hữu thế giới danh viết Cực lạc kỳ độ hữu Phật hiệu A Di Đà, kim hiện tại thuyết pháp". Xá Lợi Phất! Bỉ độ hà cố danh vi Cực lạc? Kỳ quốc chúng sanh vô hữu chúng khổ, đản thọ chư lạc, cố danh Cực lạc. Hựu Xá Lợi Phất! Cực lạc quốc độ, thất trùng lan thuẫn, thất trùng la võng, thất trùng hàng thọ, giai thị tứ bảo, châu tráp vi nhiễu, thị cố bỉ quốc danh vi Cực lạc.

Hựu Xá Lợi Phất! Cực lạc quốc độ, hữu thất bảo trì, bát công đức thủy, sung mãn kỳ trung, trì để thuần dĩ kim sa bố địa, tứ biên giai đạo, kim ngân, lưu ly, pha lê hiệp thành; thượng hữu, lâu các, diệc dĩ kim ngân, lưu ly, pha lê, xa cừ, xích châu, mã não nhi nghiêm sức chi. Trì trung liên hoa, đại như xa luân, thanh sắc thanh quang, huỳnh sắc huỳnh quang, xích sắc xích quang, bạch sắc bạch quang, vi diệu hương khiết.

Xá Lợi Phất! Cực lạc quốc độ thành tựu như thị công đức trang nghiêm.

Hựu Xá Lợi Phất! Bỉ Phật quốc độ thường tác thiên nhạc, huỳnh kim vi địa, trú dạ lục thời, vũ thiên mạn đà la hoa, kỳ độ chúng sanh thường dĩ thanh đán, các dĩ y kích thạnh chúng diệu hoa cúng dường tha phương thập vạn ức Phật, tức dĩ thực thờ hoàn đáo bổn quốc, phạn thực kinh hành.

Xá Lợi Phất! Cực lạc quốc độ thành tựu như thị công đức trang nghiêm.

Phục thứ Xá Lợi Phất! Bỉ quốc thường hữu chủng chủng kỳ diệu, tạp sắc chi điểu: Bạch hạc, Khổng tước, Anh võ, Xá lợi, Ca lăng tần già, Cộng mạng chi điểu, thị chư chúng điểu, trú dạ lục thời, xuất hòa nhã âm, kỳ âm diễn xướng: ngũ căn, ngũ lực, thất Bồ đề phần, bát Thánh đạo phần, như thị đẳng pháp, kỳ độ chúng sanh văn thị âm dĩ, giai tất niệm Phật, niệm Pháp, niệm Tăng.

Xá Lợi Phất! Nhữ vật vị thử điểu, thiệt thị tội báo sở sanh. Sở dĩ giả hà? Bỉ Phật quốc độ vô tam ác đạo.

Xá Lợi Phất! Kỳ Phật quốc độ thượng vô ác đạo chi danh, hà huống hữu thiệt, thị chư chúng điểu, giai thị A Di Đà Phật dục linh pháp âm tuyên lưu biến hóa sở tác.

Xá Lợi Phất! Bỉ Phật quốc độ vi phong xuy động, chư bảo hàng thọ, cập bảo la võng, xuất vi diệu âm, thí như bá thiên chủng nhạc đồng thời cu tác, văn thị âm giả, tự nhiên giai sanh: niệm Phật, niệm Pháp, niệm Tăng chi tâm.

Xá Lợi Phất! Kỳ Phật quốc độ, thành tựu như thị công đức trang nghiêm.

Xá Lợi Phất! Ư nhữ ý vân hà? Bỉ Phật hà cố hiệu A Di Đà?

Xá Lợi Phất! Bỉ Phật quang minh vô lượng, chiếu thập phương quốc, vô sở chướng ngại, thị cố hiệu vi A Di Đà.

Hựu Xá Lợi Phất! Bỉ Phật thọ mạng, cập kỳ nhơn dân, vô lượng vô biên A tăng kỳ kiếp, cố danh A Di Đà.

Xá Lợi Phất! A Di Đà Phật thành Phật dĩ lai, ư kim thập kiếp.

Hựu Xá Lợi Phất! Bỉ Phật hữu vô lượng vô biên Thinh văn đệ tử, giai A la hán, phi thị toán số chi sở năng tri; chư Bồ tát chúng diệc phục như thị.

Xá Lợi Phất! Bỉ Phật quốc độ thành tựu như thị công đức trang nghiêm.

Hựu Xá Lợi Phất! Cực lạc quốc độ chúng sanh sanh giả, giai thị a bệ bạt trí, kỳ trung đa hữu nhứt sanh bổ xứ, kỳ số thậm đa phi thị toán số, sở năng tri chi, đản khả dĩ vô lượng vô biên a tăng kỳ thuyết.

Xá Lợi Phất! Chúng sanh văn giả, ưng đương phát nguyện, nguyện sanh bỉ quốc. Sở dĩ giả hà? Đắc dữ như thị chư thượng thiện nhơn câu hội nhứt xứ.

Xá Lợi Phất! Bất khả dĩ thiểu thiện căn phước đức nhơn duyên, đắc sanh bỉ quốc.

Xá Lợi Phất! Nhược hữu thiện nam tử, thiện nữ nhơn, văn thuyết A Di Đà Phật, chấp trì danh hiệu, nhược nhứt nhựt, nhược nhị nhựt, nhược tam nhựt, nhược tứ nhựt, nhược ngũ nhựt, nhược lục nhựt, nhược thất nhựt, nhứt tâm bất loạn. Kỳ nhơn lâm mạng chung thời, A Di Đà Phật dữ chư Thánh chúng, hiện tại kỳ tiền, thị nhơn chung thời, tâm bất điên đảo, tức đắc vãng sanh A Di Đà Phật Cực lạc quốc độ.

Xá Lợi Phất! Ngã kiến thị lợi, cố thuyết thử ngôn, nhược hữu chúng sanh văn thị thuyết giả, ưng đương phát nguyện, sanh bỉ quốc độ.

Xá Lợi Phất! Như ngã kim giả, tán thán A Di Đà Phật bất khả tư nghị công đức chi lợi.

Đông phương diệc hữu A Súc Bệ Phật, Tu Di Tướng Phật, Đại Tu Di Phật, Tu Di Quang Phật, Diệu Âm Phật; như thị đẳng hằng hà sa số chư Phật, các ư kỳ quốc, xuất quảng trường thiệt tướng, biến phú tam thiên đại thiên thế giới, thuyết thành thiệt ngôn: "Nhữ đẳng chúng sanh đương tín thị xưng tán bất khả tư nghị công đức nhứt thiết chư Phật sở hộ niệm kinh".

Xá Lợi Phất! Nam phương thế giới hữu Nhựt Nguyệt Đăng Phật, Danh Văn Quang Phật, Đại Diệm Kiên Phật, Tu Di Đăng Phật, Vô Lượng Tinh Tấn Phật; như thị đẳng hằng hà sa số chư Phật, các ư kỳ quốc, xuất quảng trường thiệt tướng, biến phú tam thiên đại thiên thế giới, thuyết thành thiệt ngôn: "Nhữ đẳng chúng sanh đương tín thị, xưng tán bất khả tư nghị công đức nhứt thiết chư Phật sở hộ niệm kinh".

Xá Lợi Phất! Tây Phương thế giới hữu Vô Lượng Thọ Phật, Vô Lượng Tướng Phật, Vô Lượng Tràng Phật, Đại Quang Phật, Đại Minh Phật, Bảo Tướng Phật, Tịnh Quang Phật; như thị đẳng hằng hà sa số chư Phật, các ư kỳ quốc, xuất quảng trường thiệt tướng, biến phú tam thiên đại thiên thế giới, thuyết thành thiệt ngôn: "Nhữ đẳng chúng sanh đương tín thị, xưng tán bất khả tư nghị công đức nhứt thiết chư Phật sở hộ niệm kinh".

Xá Lợi Phất! Bắc phương thế giới, hữu Diệm Kiên Phật, Tối Thắng Âm Phật, Nan Trở Phật, Nhựt Sanh Phật, Võng Minh Phật; như thị đẳng hằng hà sa số chư Phật, các ư kỳ quốc, xuất quảng trường thiệt tướng, biến phú tam thiên đại thiên thế giới, thuyết thành thiệt ngôn: "Nhữ đẳng chúng sanh đương tín thị, xưng tán bất khả tư nghị công đức nhứt thiết chư Phật sở hộ niệm kinh".

Xá Lợi Phất! Hạ phương thế giới, hữu Sư Tử Phật, Danh Văn Phật, Danh Quang Phật, Đạt Ma Phật, Pháp Tràng Phật, Trì Pháp Phật; như thị đẳng hằng hà sa số chư Phật, các ư kỳ quốc, xuất quảng trường thiệt tướng, biến phú tam thiên đại thiên thế giới, thuyết thành thiệt ngôn: "Nhữ đẳng chúng sanh đương tín thị, xưng tán bất khả tư nghị công đức nhứt thiết chư Phật sở hộ niệm kinh".

Xá Lợi Phất! Thượng phương thế giới, hữu Phạm Âm Phật, Tú Vương Phật, Hương Thượng Phật, Hương Quang Phật, Đại Diệm Kiên Phật, Tạp Sắc Bảo Hoa Nghiêm thân Phật, Ta La Thọ Vương Phật, Bảo Hoa Đức Phật, Kiến Nhứt Thiết Nghĩa Phật, Như Tu Di Sơn Phật; như thị đẳng hằng hà sa số chư Phật, các ư kỳ quốc, xuất quảng trường thiệt tướng, biến phú tam thiên đại thiên thế giới, thuyết thành thiệt ngôn: "Nhữ đẳng chúng sanh đương tín thị, xưng tán bất khả tư nghị công đức nhứt thiết chư Phật sở hộ niệm kinh".

Xá Lợi Phất! Ư nhữ ý vân hà? Hà cố danh vi: Nhứt thiết chư Phật sở hộ niệm kinh?

Xá Lợi Phất! Nhược hữu thiện nam tử, thiện nữ nhơn văn thị kinh thọ trì giả, cập văn chư Phật danh giả, thị chư thiện nam tử, thiện nữ nhơn, giai vi nhứt thiết chư Phật chi sở hộ niệm, giai đắc bất thối chuyển ư A nậu đa la tam miệu tam Bồ đề. Thị cố Xá Lợi Phất! Nhữ đẳng giai đương tín thọ ngã ngữ, cập chư Phật sở thuyết.

Xá Lợi Phất! Nhược hữu nhơn dĩ phát nguyện, kim phát nguyện, đương phát nguyện, dục sanh A Di Đà Phật quốc giả, thị chư nhơn đẳng giai đắc bất thối chuyển ư A nậu đa la tam miệu tam Bồ đề, ư bỉ quốc độ nhược dĩ sanh, nhược kim sanh, nhược đương sanh.

Thị cố Xá Lợi Phất! Chư thiện nam tử, thiện nữ nhơn, nhược hữu tín giả, ưng đương phát nguyện sanh bỉ quốc độ.

Xá Lợi Phất! Như ngã kim giả, xưng tán chư Phật bất khả tư nghị công đức, bỉ chư Phật đẳng, diệc xưng tán ngã bất khả tư nghị công đức nhi tác thị ngôn: "Thích Ca Mâu Ni Phật năng vi thậm nan hy hữu chi sự, năng ư Ta bà quốc độ ngũ trược ác thế: kiếp trược, kiến trược, phiền não trược, chúng sanh trược, mạng trược trung đắc A nậu đa la tam miệu tam Bồ đề, vị chư chúng sanh, thuyết thị nhứt thiết thế gian nan tín chi pháp".

Xá Lợi Phất! Đương tri ngã ư ngũ trược ác thế, hành thử nan sự, đắc A nậu đa la tam miệu tam Bồ đề, vị nhứt thiết thế gian thuyết thử nan tín chi pháp, thị vi thậm nan.

Phật thuyết thử kinh dĩ, Xá Lợi Phất cập chư Tỳ kheo, nhứt thiết thế gian, Thiên, Nhơn, A tu la đẳng, văn Phật sở thuyết, hoan hỷ tín thọ, tác lễ nhi khứ.

# KINH A-DI-ĐÀ

*(Bản dịch của Hòa thượng Thích Trí Tịnh)*

Nam Mô Liên Trì Hải Hội Phật Bồ Tát *(3 lần).*

Ta nghe như vầy: Một thuở nọ Đức Phật ở nơi vườn Kỳ Thọ, cấp Cô Độc nước Xá Vệ, cùng với một nghìn hai trăm năm mươi vị đại Tỳ kheo câu hội: đều là bậc A La Hán mọi người đều quen biết, như là: Trưởng lão Xá Lợi Phất, Đại Mục Kiền Liên, Đại Ca Diếp, Ma Ha Ca Chiên Diên, Ma Ha Câu Hy La, Ly Bà Đa, Châu Lợi Bàn Đà Già, Nan Đà, A Nan Đà, La Hầu La, Kiều Phạm Ba Đề, Tân Đầu Lư Phả La Đọa, Ca Lưu Đà Di, Ma Ha Kiếp Tân Na, Bạc Câu La, A Nâu Lầu Đà, những vị đại đệ tử như thế. Và hàng Đại Bồ Tát, Văn Thù Sư Lợi: Pháp Vương Tử, A Dật Đa Bồ Tát, Càn Đà Ha Đề Bồ Tát, Thường Tinh Tấn Bồ tát... cùng với các vị Đại Bồ tát như thế và với vô lượng chư Thiên như ông Thích Đề Hoàn Nhơn..v..v.. đại chúng cùng đến dự hội.

Bấy giờ đức Phật bảo ngài Trưởng lão Xá Lợi Phất rằng: "Từ đây qua phương Tây quá mười muôn ức cõi Phật, có thế giới tên là Cực Lạc, trong thế giới đó có đức Phật hiệu là A Di Đà hiện nay đương nói pháp.

Xá Lợi Phất! Cõi đó vì sao tên là Cực lạc? Vì chúng sanh trong cõi đó không có bị những sự khổ, chỉ hưởng những điều vui, nên nước đó tên là Cực Lạc.

Xá Lợi Phất! Lại trong cõi Cực Lạc có bảy từng bao lơn, bảy từng mành lưới, bảy từng hàng cây, đều bằng bốn chất báu bao bọc giáp vòng, vì thế nên nước đó tên là Cực Lạc.

Xá Lợi Phất! Lại trong cõi Cực Lạc có ao bằng bảy chất báu, trong ao đầy dẫy nước đủ tám công đức, đáy ao thuần dùng cát vàng trải làm đất. Vàng bạc, lưu ly, pha lê hiệp thành những thềm, đường ở bốn bên ao; trên thềm đường có lầu gác cũng đều nghiêm sức bằng vàng, bạc, lưu ly, pha lê, xa cừ, xích châu, mã não.

Trong ao có hoa sen lớn như bánh xe: hoa sắc xanh thời ánh sáng xanh, sắc vàng thời ánh sáng vàng, sắc đỏ thời ánh sáng đỏ, sắc trắng thời ánh sánh trắng, mầu nhiệm thơm tho trong sạch.

Xá Lợi Phất! Cõi nước Cực Lạc thành tựu công đức trang nghiêm dường ấy.

Xá Lợi Phất! Lại trong cõi nước của đức Phật đó, thường trổi nhạc trời, đất bằng vàng ròng, ngày đêm sáu thời rưới hoa trời mạn đà la. Chúng sanh trong cõi đó thường vào lúc sáng sớm, đều lấy đãy hoa đựng những hoa tốt đem cúng dường mười muôn ức đức Phật ở phương khác, đến giờ ăn liền trở về bổn quốc ăn cơm xong đi kinh hành.

Xá Lợi Phất! Cõi nước Cực Lạc thành tựu công đức trang nghiêm dường ấy. Lại nữa, Xá Lợi Phất! Cõi đó thường có những giống chim mẩu sắc xinh đẹp lạ thường, nào chim Bạch hạc, Khổng tước, Anh võ, Xá lợi, Ca lăng tần già, Cọng mạng; những giống chim đó ngày đêm sáu thời kêu tiếng hòa nhã.

Tiếng chim đó diễn nói những pháp như ngũ căn, ngũ lực, thất bồ đề phần, bát thánh đạo phần..v..v.. Chúng sanh trong cõi đó nghe tiếng chim xong thảy đều niệm Phật, niệm Pháp, niệm Tăng!

Xá Lợi Phất! Ông chớ cho rằng những giống chim đó thiệt là do tội báo sanh ra. Vì sao? Vì cõi của đức Phật đó không có ba đường dữ.

Xá Lợi Phất! Cõi của đức Phật đó tên đường dữ còn không có

huống gì lại có sự thật. Những giống chim đó là do đức Phật A Di Đà muốn làm cho tiếng pháp được tuyên lưu mà biến hóa làm ra đấy thôi.

Xá Lợi Phất! Trong cõi nước của đức Phật đó, gió nhẹ thổi động các hàng cây báu và động mành lưới báu, làm vang ra tiếng vi diệu, thí như trăm nghìn thứ nhạc đồng một lúc hòa chung. Người nào nghe tiếng đó tự nhiên đều sanh lòng niệm Phật, niệm Pháp, niệm Tăng.

Xá Lợi Phất! Cõi nước của đức Phật đó thành tựu công đức trang nghiêm dường ấy.

Xá Lợi Phất! Nơi ý ông nghĩ sao? Đức Phật đó vì sao hiệu là A Di Đà?

Xá Lợi Phất! Đức Phật đó, hào quang sáng chói vô lượng, soi suốt các cõi nước trong mười phương không bị chướng ngại vì thế nên hiệu là A Di Đà.

Xá Lợi Phất! Đức Phật đó và nhân dân của Ngài sống lâu vô lượng vô biên a tăng kỳ kiếp, nên hiệu là A Di Đà.

Xá Lợi Phất! Đức Phật A Di Đà thành Phật nhẫn nại đến nay, đã được mười kiếp.

Xá Lợi Phất! Lại đức Phật đó có vô lượng vô biên Thanh Văn đệ tử đều là bực A La Hán, chẳng phải tính đếm mà có thể biết được, hàng Bồ tát chúng cũng đông như thế.

Xá Lợi Phất! Cõi nước của đức Phật đó thành tựu công đức trang nghiêm dường ấy.

Xá Lợi Phất! Lại trong cõi cực lạc, những chúng sanh vãng sanh vào đó đều là bực bất thối chuyển.

Trong đó có rất nhiều vị bực nhất sanh bổ xứ, số đó rất đông, chẳng phải tính đếm mà biết được, chỉ có thể dùng số vô lượng vô biên a-tăng-kỳ để nói thôi!

Xá Lợi Phất! Chúng sanh nào nghe những điều trên đây, nên phải phát nguyện cầu sanh về nước đó. Vì sao? Vì đặng cùng với các bậc Thượng thiện nhơn như thế câu hội một chỗ.

Xá Lợi Phất! Chẳng có thể dùng chút ít thiện căn phước đức nhơn duyên mà được sanh về cõi đó.

Xá Lợi Phất! Nếu có thiện nam tử, thiện nữ nhân nào nghe nói đức Phật A Di Đà, rồi chấp trì danh hiệu của đức Phật đó, hoặc trong một ngày, hoặc hai ngày, hoặc ba ngày, hoặc bốn ngày, hoặc năm ngày, hoặc sáu ngày, hoặc bảy ngày, một lòng không tạp loạn. Thời người đó đến lúc lâm chung đức Phật A Di Đà cùng hàng Thánh Chúng hiện thân ở trước người đó. Người đó lúc chết tâm thần không điên đảo, liền được vãng sanh về cõi nước Cực Lạc của đức Phật A Di Đà.

Xá Lợi Phất! Ta thấy có sự lợi ích ấy nên nói những lời như thế.

Nếu có chúng sinh nào, nghe những lời trên đó, nên phải phát nguyện sanh về cõi nước Cực Lạc.

Xá Lợi Phất! Như Ta hôm nay ngợi khen công đức lợi ích chẳng thể nghĩ bàn của đức Phật A Di Đà, phương Đông cũng có đức A Súc Bệ Phật, Tu Di Tướng Phật, Đại Tu Di Phật, Tu Di Quang Phật, Diệu-Âm Phật; Hằng hà sa số những đức Phật như thế đều ở tại nước mình, hiện ra tướng lưỡi rộng dài trùm khắp cõi Tam thiên Đại thiên mà nói lời thành thật rằng: "Chúng sanh các ngươi phải nên tin kinh: Xưng Tán Bất Khả Tư Nghị Công Đức Nhất Thiết Chư Phật Sở Hộ Niệm Này".

Xá Lợi Phất! Thế giới phương Nam, có đức Nhật Nguyệt Đăng Phật, Danh Văn Quang Phật, Đại Diệm Kiên Phật, Tu Di Đăng Phật, Vô Lượng Tinh Tấn Phật... Hằng hà sa số những đức Phật như thế, đều tại nước mình, hiện ra tướng lưỡi rộng dài trùm khắp cõi tam thiên đại thiên mà nói lời thành thật rằng: "Chúng sanh các ngươi phải nên tin kinh: Xưng Tán Bất Khả Tư Nghị Công Đức Nhất Thiết Chư Phật Sở Hộ Niệm Này".

Xá Lợi Phất! Thế giới phương Tây, có đức Vô Lượng Thọ Phật, Vô Lượng Tướng Phật, Vô Lượng Tràng Phật, Đại Quang Phật, Đại Minh Phật, Bửu Tướng Phật, Tịnh Quang Phật... Hằng hà sa số những đức Phật như thế, đều tại nước mình, hiện ra tướng lưỡi rộng dài trùm khắp cõi tam thiên đại thiên mà nói lời thành thật rằng: "Chúng sanh các ngươi phải nên tin kinh: Xưng Tán Bất Khả Tư Nghị Công Đức Nhất Thiết Chư Phật Sở Hộ Niệm Này".

Xá Lợi Phất! Thế giới phương Bắc, có đức Diệm Kiên Phật, Tối Thắng Âm Phật, Nan Trở Phật, Nhựt Sanh Phật, Võng Minh Phật... Hằng hà sa số những đức Phật như thế, đều tại nước mình, hiện ra tướng lưỡi rộng dài trùm khắp cõi tam thiên đại thiên mà nói lời thành thật rằng: "Chúng sanh các ngươi phải nên tin kinh: Xưng Tán Bất Khả Tư Nghị Công Đức Nhất Thiết Chư Phật Sở Hộ Niệm Này".

Xá Lợi Phất! Thế giới phương dưới, có đức Sư Tử Phật, Danh Văn Phật, Danh Quang Phật, Đạt Mạ Phật, Pháp Tràng Phật, Trì Pháp Phật... Hằng hà sa số những đức Phật như thế, đều tại nước mình, hiện ra tướng lưỡi rộng dài trùm khắp cõi tam thiên đại thiên mà nói lời thành thật rằng: "Chúng sanh các ngươi phải nên tin Kinh: Xưng Tán Bất Khả Tư Nghị Công Đức Nhất Thiết Chư Phật Sở Hộ Niệm Này".

Xá Lợi Phất! Thế giới phương trên, có đức Phạm Âm Phật, Tú Vương Phật, Hương Thượng Phật, Hương Quang Phật, Đại Diệm Kiên Phật, Tạp Sắc Bửu Hoa Nghiêm Thân Phật, Ta La Thọ Vương Phật, Bửu Hoa Đức Phật, Kiến Nhất Thiết Nghĩa Phật, Như Tu Di Sơn Phật... Hằng hà sa số những đức Phật như thế, đều tại nước mình, hiện ra tướng lưỡi rộng dài trùm khắp cõi tam thiên đại thiên mà nói lời thành thật rằng: "Chúng sanh các ngươi phải nên tin Kinh: Xưng Tán Bất Khả Tư Nghị Công Đức Nhất Thiết Chư Phật Sở Hộ Niệm Này".

Xá Lợi Phất! Nơi ý của ông nghĩ thế nào, vì sao tên là Kinh: Nhứt Thiết Chư Phật Sở Hộ Niệm?

Xá Lợi Phất! Vì nếu có thiện nam tử, thiện nữ nhân nào nghe kinh này mà thọ trì đó, và nghe danh hiệu của đức Phật, thời những thiện nam tử cùng thiện nữ nhân ấy đều được tất cả các đức Phật hộ niệm, đều được không thối chuyển nơi đạo Vô thượng chánh đẳng chánh giác.

Xá Lợi Phất! Cho nên các ông đều phải tin nhận lời của Ta và của các đức Phật nói.

Xá Lợi Phất! Nếu có người đã phát nguyện, hiện nay phát nguyện, sẽ phát nguyện muốn sanh về cõi nước của đức Phật A Di Đà, thời những người ấy đều đặng không thối chuyển nơi đạo Vô Thượng Chánh Đẳng Chánh Giác; nơi cõi nước kia, hoặc đã sanh về rồi, hoặc hiện nay sanh về, hoặc sẽ sanh về.

Xá Lợi Phất! Cho nên các thiện nam tử thiện nữ nhân nếu người nào có lòng tin thời phải nên phát nguyện sanh về cõi nước kia.

Xá Lợi Phất! Như ta hôm nay ngợi khen công đức chẳng thể nghĩ bàn của các đức Phật, các đức Phật đó cũng ngợi khen công đức chẳng thể nghĩ bàn của Ta mà nói lời nẩy: "Đức Thích Ca Mâu Ni Phật hay làm được việc rất khó khăn hi hữu, có thể ở trong cõi Ta Bà đời ác năm món trược: kiếp trược, kiến trược, phiền não trược, chúng sanh trược, mạng trược trung, mà Ngài chứng được ngôi Vô Thượng Chánh Đẳng Chánh Giác, Ngài vì các chúng sanh nói kinh pháp mà tất cả thế gian khó tin này". Xá Lợi Phất! Phải biết rằng Ta ở trong đời ác ngũ trược thật hành việc khó này: đặng thành bậc Vô Thượng Chánh Giác và vì tất cả thế gian nói kinh pháp khó tin này, đó là rất khó! Đức Phật nói kinh này rồi, ngài Xá Lợi Phất cùng các vị Tỳ kheo, tất cả trong đời: Trời, Người, A-Tu-La, v..v..

nghe lời của đức Phật dạy, đều vui mừng tin nhận đảnh lễ mà lui ra. Phật nói kinh A Di Đà.

# KINH DIỆU PHÁP LIÊN HOA
## Phẩm Quán Thế Âm Bồ Tát Phổ Môn
### *(Bản dịch của Hòa thượng Thích Trí Tịnh)*

Lúc bấy giờ ngài Vô Tận Ý Bồ Tát liền từ chỗ ngồi đứng dậy trịch áo bày vai hữu, chắp tay hướng Phật mà bạch rằng: "Thế Tôn! Ngài Quán Thế Âm Bồ Tát do nhân duyên gì mà tên là Quán Thế Âm?"

Phật bảo ngài Vô Tận Ý Bồ Tát:

"Thiện nam tử! Nếu có vô lượng trăm nghìn muôn ức chúng sinh chịu các khổ não, nghe Quán Thế Âm Bồ Tát này một lòng xưng danh. Quán Thế Âm Bồ Tát tức thời xem xét tiếng tăm kia, đều được giải thoát.

Nếu có người trì danh hiệu Quán Thế Âm Bồ Tát này, dẫu vào trong lửa lớn, lửa chẳng cháy được, vì do sức uy thần của Bồ Tát này được như vậy. Nếu bị nước lớn làm trôi, xưng danh hiệu Bồ Tát này liền được chỗ cạn.

Nếu có trăm nghìn muôn ức chúng sanh vì tìm vàng, bạc, lưu ly, xa cừ, mã não, san hô, hổ phách, trân châu các thứ báu, vào trong biển lớn, giả sử gió lớn thổi ghe thuyền của kia trôi tắp nơi nước quỉ La Sát, trong ấy nếu có nhẫn đến một người xưng danh hiệu Quán Thế Âm Bồ Tát, thời các người đó đều được thoát khỏi nạn quỉ La Sát. Do nhân duyên đó mà tên là Quán Thế Âm.

Nếu lại có người sắp bị hại, xưng danh hiệu Quán Thế Âm Bồ Tát, thời dao gậy của người cầm liền gãy từng khúc, người ấy được thoát khỏi.

Nếu quỉ Dạ Xoa cùng La Sát đầy trong cõi tam thiên đại thiên muốn đến hại người, nghe người xưng hiệu Quán Thế Âm Bồ Tát, thời các quỉ dữ đó còn không thể dùng mắt dữ mà nhìn người, hướng lại làm hại được.

Dầu lại có người hoặc có tội, hoặc không tội, gông cùm xiềng xích trói buộc nơi thân, xưng danh hiệu Quán Thế Âm Bồ Tát thảy đều đứt rã, liền được thoát khỏi.

Nếu kẻ oán tặc đầy trong cõi tam thiên đại thiên, có một vị thương chủ dắt các người buôn đem theo nhiều của báu, trải qua nơi đường hiểm trở, trong đó có một người xướng rằng: "Các thiện nam tử! Chớ nên sợ sệt, các ông nên phải một lòng xưng danh hiệu Quán Thế Âm Bồ Tát, vị Bồ Tát đó hay đem pháp vô úy thí cho chúng sinh, các ông nếu xưng danh hiệu thời sẽ được thoát khỏi oán tặc này".

Các người buôn nghe rồi, đều lên tiếng xưng rằng: "Nam Mô Quán Thế Âm Bồ Tát!", vì xưng danh hiệu Bồ Tát nên liền được thoát khỏi.

Vô Tận Ý! Quán Thế Âm Bồ Tát sức oai thần to lớn như thế.

Nếu có chúng sinh nào nhiều lòng dâm dục, thường cung kính niệm Quán Thế Âm Bồ Tát, liền được ly dục.

Nếu người nhiều giận hờn, thường cung kính niệm Quán Thế Âm Bồ Tát, liền được lìa lòng giận.

Nếu người nhiều ngu si, thường cung kính niệm Quán Thế Âm Bồ Tát, liền được lìa ngu si.

Vô Tận Ý! Quán Thế Âm Bồ Tát có những sức uy thần lớn, nhiều lợi ích như thế, cho nên chúng sinh thường phải một lòng tưởng nhớ.

Nếu có người nữ, giả sử muốn cầu con trai, lễ lạy cúng dường Quán Thế Âm Bồ Tát, liền sinh con trai phúc đức trí tuệ; giả sử muốn cầu con gái, bèn sinh con gái có tướng xinh đẹp, trước đã trồng gốc phúc đức, mọi người đều kính mến.

Vô Tận Ý! Quán Thế Âm Bồ Tát có sức thần như thế.

Nếu có chúng sinh cung kính lễ lạy Quán Thế Âm Bồ Tát, thời phúc đức chẳng luống mất. Cho nên chúng sinh đều phải thọ trì danh hiệu Quán Thế Âm Bồ Tát.

Vô Tận Ý! Nếu có người thọ trì danh hiệu của sáu mươi hai ức hằng hà sa bồ tát lại trọn đời cúng dường đồ ăn uống y phục, giường nằm thuốc thang. Ý ông nghĩ sao? Công đức của người thiện nam tử, thiện nữ nhân đó có nhiều chăng?"

Vô Tận Ý thưa: "Bạch Thế Tôn! Rất nhiều".

Phật nói: "Nếu lại có người thọ trì danh hiệu Quán Thế Âm Bồ Tát, nhẫn đến một thời lễ lạy cúng dường, thời phúc của hai người đó bằng nhau không khác, trong trăm nghìn ức kiếp không thể cùng tận. Vô Tận Ý! Thọ trì danh hiệu Quán Thế Âm Bồ Tát được vô lượng vô biên phúc đức lợi ích như thế."

Ngài Vô Tận Ý Bồ Tát bạch Phật rằng: "Thế Tôn, Quán Thế Âm Bồ Tát dạo đi trong cõi Ta Bà như thế nào?"

Phật bảo Vô Tận Ý Bồ Tát: "Thiện nam tử! Nếu có chúng sinh trong quốc độ nào đáng dùng thân Phật được độ thoát thời Quán Thế Âm Bồ Tát liền hiện thân Phật vì đó nói pháp.

Người đáng dùng thân Duyên Giác được độ thoát, liền hiện thân Duyên Giác mà vì đó nói pháp.

Người đáng dùng thân Thanh Văn được độ thoát, liền hiện thân Thanh Văn mà vì đó nói pháp.

Người đáng dùng thân Phạm Vương được độ thoát, liền hiện

thân Phạm Vương mà vì đó nói pháp.

Người đáng dùng thân Đế Thích được độ thoát, liền hiện thân Đế Thích mà vì đó nói pháp.

Người đáng dùng thân Tự Tại Thiên được độ thoát, liền hiện thân Tự Tại-Thiên mà vì đó nói pháp.

Người đáng dùng thân Đại Tự Tại Thiên được độ thoát, liền hiện thân Đại Tự Tại Thiên mà vì đó nói pháp.

Người đáng dùng thân Thiên Đại Tướng Quân được độ thoát, liền hiện thân Thiên Đại Tướng Quân mà vì đó nói pháp.

Người đáng dùng thân Tỳ Sa Môn được độ thoát, liền hiện thân Tỳ Sa Môn mà vì đó nói pháp.

Người đáng dùng thân Tiểu Vương được độ thoát, liền hiện thân Tiểu Vương mà vì đó nói pháp.

Người đáng dùng thân Trưởng Giả được độ thoát, liền hiện thân Trưởng Giả mà vì đó nói pháp.

Người đáng dùng thân Cư Sĩ được độ thoát, liền hiện thân Cư Sĩ mà vì đó nói pháp.

Người đáng dùng thân Tể Quan được độ thoát, liền hiện thân Tể Quan mà vì đó nói pháp.

Người đáng dùng thân Bà La Môn được độ thoát, liền hiện thân Bà La Môn mà vì đó nói pháp.

Người đáng dùng thân Tỳ Kheo, Tỳ Kheo Ni, Ưu Bà Tắc, Ưu Bà Di được độ thoát, liền hiện thân Tỳ Kheo, Tỳ Kheo Ni, Ưu Bà Tắc, Ưu Bà Di mà vì đó nói pháp.

Người đáng dùng thân phụ nữ của Trưởng Giả, Cư Sĩ, Tể Quan, Bà La Môn được độ thoát, liền hiện thân phụ nữ mà vì đó nói pháp.

Người đáng dùng thân đồng nam, đồng nữ được độ thoát, liền hiện thân đồng nam, đồng nữ mà vì đó nói pháp.

Người đáng dùng thân Trời, Rồng, Dạ Xoa, Càn Thát Bà, A Tu La, Ca Lâu La, Khẩn Na La, Ma Hầu La Dà, nhân cùng phi nhân được độ thoát, liền đều hiện ra mà vì đó nói pháp.

Người đáng dùng thân Chấp Kim Cang Thần được độ thoát, liền hiện thân Chấp Kim Cang Thần mà vì đó nói pháp.

Vô Tận Ý! Quán Thế Âm Bồ Tát đó thành tựu công đức như thế, dùng các thân hình, dạo đi trong các cõi nước để độ thoát chúng sinh, cho nên các ông phải một lòng cúng dường Quán Thế Âm Bồ Tát.

Quán Thế Âm Đại Bồ Tát đó ở trong chỗ nạn gấp sợ sệt hay ban sự vô úy, cho nên cõi Ta Bà này đều gọi Ngài là vị "Thí Vô Úy".

Vô Tận Ý Bồ Tát bạch Phật: "Thế Tôn! Con nay phải cúng dường Quán Thế Âm Bồ Tát". Liền mở chuỗi ngọc bằng các châu báu nơi cổ giá trị trăm nghìn lạng vàng, đem trao cho ngài Quán Thế Âm mà nói rằng: "Xin Ngài nhận chuỗi trân bảo pháp thí này".

Khi ấy Quán Thế Âm Bồ tát chẳng chịu nhận chuỗi. Ngài Vô Tận Ý lại thưa cùng Quán Thế Âm Bồ Tát rằng: "Xin Ngài vì thương chúng tôi mà nhận chuỗi ngọc này".

Bấy giờ Phật bảo Quán Thế Âm Bồ Tát: "Ông nên thương Vô Tận Ý Bồ Tát này và hàng tứ chúng cùng Trời, Rồng, Dạ Xoa, Càn Thát Bà, A Tu La, Ca Lâu La, Khẩn Na La, Ma Hầu La Dà, nhân và phi nhân v.v... mà nhận chuỗi ngọc đó".

Tức thời Quán Thế Âm Bồ Tát thương hàng tứ chúng và Trời, Rồng, nhân, phi nhân v.v... mà nhận chuỗi ngọc đó chia làm hai phần: một phần dâng đức Thích Ca Mâu Ni Phật, một phần dâng tháp của Phật Đa Bảo.

Vô Tận Ý! Quán Thế Âm Bồ Tát có sức thần tự tại như thế, dạo đi nơi cõi Ta Bà.

Lúc đó, ngài Vô Tận Ý Bồ Tát nói kệ hỏi Phật rằng:

*Thế Tôn đủ tướng tốt!*
*Con nay lại hỏi kia*
*Phật Tử nhân duyên gì*
*Tên là Quá Thế Âm?*
*Đấng đầy đủ tướng tốt*
*Kệ đáp Vô Tận Ý:*
*Ông nghe hạnh Quán Âm*
*Khéo ứng các nơi chỗ*
*Thệ rộng sâu như biển*
*Nhiều kiếp chẳng nghĩ bàn*
*Hầu nhiều nghìn đức Phật*
*Phát nguyện thanh tịnh lớn.*
*Ta vì ông lược nói*
*Nghe tên cùng thấy thân*
*Tâm niệm chẳng luống qua*
*Hay diệt khổ các cõi*
*Giả sử sinh lòng hại*
*Xô rớt hầm lửa lớn*
*Do sức niệm Quán Âm*
*Hầm lửa biến thành ao*
*Hoặc trôi dạt biển lớn*
*Các nạn quỉ, cá, rồng*
*Do sức niệm Quán Âm*
*Sóng mòi chẳng chìm được*
*Hoặc ở chót Tu Di*
*Bị người xô rớt xuống*
*Do sức niệm Quán Âm*
*Như mặt nhật treo không*
*Hoặc bị người dữ rượt*

Rớt xuống núi Kim Cang
Do sức niệm Quán Âm
Chẳng tổn đến mảy lông
Hoặc gặp oán tặc vây
Đều cầm dao làm hại
Do sức niệm Quán Âm
Đều liền sinh lòng lành
Hoặc bị khổ nạn vua
Khi hành hình sắp chết
Do sức niệm Quán Âm
Dao liền gãy từng đoạn
Hoặc tù cấm xiềng xích
Tay chân bị gông cùm
Do sức niệm Quán Âm
Tháo rã được giải thoát
Nguyền rủa các thuốc độc
muốn hại đến thân đó
Do sức niệm Quán Âm
Trở hại nơi bổn nhân
Hoặc gặp La Sát dữ
Rồng độc các loài quỉ
Do sức niệm Quán Âm
Liền đều không dám hại
Hoặc thú dữ vây quanh
Nanh vuốt nhọn đáng sợ
Do sức niệm Quán Âm
Vội vàng bỏ chạy thẳng
Rắn độc cùng bò cạp
Hơi độc khói lửa đốt
Do sức niệm Quán Âm
Theo tiếng tự bỏ đi
Mây sấm nổ sét đánh

*Tuôn giá, xối mưa lớn*
*Do sức niệm Quán Âm*
*Liền được tiêu tan cả*
*Chúng sinh bị khổ ách*
*Vô lượng khổ bức thân*
*Quán Âm sức trí diệu*
*Hay cứu khổ thế gian*
*Đầy đủ sức thần thông*
*Rộng tu trí phương tiện*
*Các cõi nước mười phương*
*Không cõi nào chẳng hiện*
*Các loài trong đường dữ:*
*Địa ngục, quỉ, súc sanh*
*Sinh, già, bịnh, chết khổ*
*Lần đều khiến dứt hết*
*Chân quán thanh tịnh quán*
*Trí tuệ quán rộng lớn*
*Bi quán và từ quán*
*Thường nguyện thường chiêm ngưỡng*
*Sáng thanh tịnh không nhơ*
*Tuệ nhật phá các tối*
*Hay phục tai khói lửa*
*Khắp soi sáng thế gian*
*Lòng bi ran như sấm*
*Ý Từ diệu dường mây*
*Xối mưa pháp cam lộ*
*Dứt trừ lửa phiền não*
*Cãi kiện qua chỗ quan*
*Trong quân trận sợ sệt*
*Do sức niệm Quán Âm*
*Cừu oán đều lui tan*
*Diệu Âm, Quán Thế Âm*

*Phạm Âm, Hải Triều Âm*
*Tiếng hơn thế gian kia*
*Cho nên thường phải niệm*
*Niệm niệm chớ sanh nghi*
*Quán Âm bậc tịnh thánh*
*Nơi khổ não nạn chết*
*Hay vì làm nương cậy*
*Đủ tất cả công đức*
*Mắt lành trông chúng sanh*
*Biển phúc lớn không lường*
*Cho nên phải đảnh lễ*

Bấy giờ, ngài Trì Địa Bồ Tát liền từ chỗ ngồi đứng dậy đến trước Phật bạch rằng:

"Thế Tôn! Nếu có chúng sanh nào nghe phẩm Quán Thế Âm Bồ Tát đạo nghiệp tự tại, Phổ môn thị hiện sức thần thông này, thời phải biết công đức người đó chẳng ít".

Lúc Phật nói phẩm Phổ Môn này, trong chúng có tám muôn bốn nghìn chúng sanh đều phát tâm vô thượng chánh đẳng chánh giác.

# TÂM KINH TRÍ TUỆ
# CỨU CÁNH RỘNG LỚN
**(Bản dịch của Hòa thượng Thích Thanh Từ)**

Khi Bồ Tát Quán Tự Tại hành sâu Bát Nhã Ba-la-mật-đa, Ngài soi thấy năm uẩn đều không, liền qua hết thảy khổ ách. Này Xá Lợi Phất! Sắc chẳng khác không, không chẳng khác sắc, sắc tức là không, không tức là sắc. Thọ, tưởng, hành, thức cũng lại như thế. Này Xá Lợi Phất! Tướng không của các pháp, không sanh, không diệt, không nhơ, không sạch, không thêm không bớt. Cho nên trong tướng không không có sắc, không có thọ, tưởng, hành, thức không có mắt, tai, mũi, lưỡi, thân, ý; không có sắc, thanh, hương, vị, xúc, pháp; không có nhãn giới, cho đến không có ý thức giới ; không có vô minh cũng không có hết vô minh, cho đến không có già chết cũng không có hết già chết; không có khổ, tập, diệt, đạo, không có trí tuệ cũng không có chứng đắc. Vì không có chỗ được, nên Bồ Tát y theo Bát-nhã Ba-la-mật-đa tâm không ngăn ngại. Vì không ngăn ngại nên không sợ hãi, xa hẳn điên đảo mộng tưởng, đạt đến cứu cánh Niết-bàn. Chư Phật trong ba đời cũng nương Bát-nhã Ba-la-mật-đa được đạo quả Vô Thượng Chánh đẳng Chánh giác. Nên biết, Bát-nhã Ba-la-mật-đa là đại thần chú, là đại minh chú, là vô thượng chú, là vô đẳng đẳng chú, hay trừ được hết thảy khổ, chân thật không dối. Vì vậy nói chú Bát-nhã Ba-la-mật-đa, liền nói chú rằng: "Yết-đế, yết-đế, ba-la yết-đế, ba-la tăng yết-đế, bồ-đề tát-bà-ha". *(3 lần)*

# CHƯƠNG 2

# CÁC LỄ LƯỢC TRONG SINH HOẠT TRUYỀN THỐNG GĐPT VIỆT NAM

**Phần 01: Lời đầu chương**

Gia Đình Phật Tử Việt Nam là một tổ chức Giáo dục lấy Giáo lý Phật đà làm nền tảng để kiến lập đạo tràng tu học, phụng sự lý tưởng. Ngoài phần nghi thức hành trì mang tinh thần hạ thủ công phu, huân tu hạnh đức, trưởng dưỡng đạo tâm, trang nghiêm tổ chức, chu toàn Phật sự, thành toàn sứ mạng, và áo lam còn kiến tạo phần lễ lược trong sinh hoạt truyền thống để tiếp nhận giá trị tâm linh, ghi dấu ấn trong đời lam phụng sự, huân tập những giá trị tinh thần để nuôi dưỡng đạo tâm, ghi lại những giai kỳ lịch sử tạo nên dòng lam sử lưu chuyển trong không gian và thời gian bằng huyết mạch của tổ chức.

Trong tinh thần đó, Lễ Lược truyền thống của GĐPT Việt Nam được kiến tạo dựa trên 02 nền tảng căn bản đó chính là:

- Đó chính là chất liệu nghi lễ của Phật giáo, pháp sự khoa nghi mang sắc thái thiền môn trong lễ lược của GĐPT. Việt Nam, chính là dưỡng chất ngọt ngào mà tùy từng buổi lễ thể hiện đời sống tâm linh, phát bồ đề tâm, kế tục sự nghiệp tiền nhân trong quá trình duy trì mạng mạch của tổ chức mà mỗi lam viên tham dự đều thấm thấu tinh thần đó.

- Bên cạnh đó, sắc thái của nền hành chánh lễ nghi thế gian cũng được kết hợp hài hòa trong lễ lược của GĐPT. Việt Nam để dung thông tinh thần "Phật pháp tại thế gian, bất ly thế gian giác", và qua mỗi buổi lễ tinh thần hòa quyện này được thể hiện trọn vẹn.

Đây là sự kết hợp quý báu để làm nên nét riêng trong lễ lược của Tổ chức GĐPT. Việt Nam trong chiều dài hơn 70 năm qua.

**Phần 02: Ý nghĩa khung cảnh của buổi lễ:**

Khung cảnh hay còn gọi là không gian của buổi lễ dù chỉ là hình thức bên ngoài nhưng đó chính là chất xúc tác để lòng thành kính được tỏ bày, tín tâm cũng được phần nào bồi đắp. Đấy còn là ấn tượng ban đầu gửi đến cho mọi người, là kỷ niệm là dấu ấn khó phai trong ký ức người tham dự. Nên vì thế khung cảnh có tác dụng tâm lý khá lớn trong mỗi chúng ta và quan khách tham dự buổi lễ đó vì vậy có người nhớ đời nhờ khung cảnh ngày hôm ấy.

Nếu như nội dung có hay, ý nghĩa sâu mà hình thức khung cảnh không trang nghiêm, thiếu sự chuẩn bị cũng khó mà được đánh giá cao về mức độ thành công. Chính vì thế mà chúng ta cũng có thể nói rằng hình thức khá quan trọng làm nên thành công.

Khung cảnh còn là một phương tiện phi ngôn ngữ để bày tỏ lòng mình, thể hiện sự quy kính, và còn là trật tự khuôn phép mà chúng ta muốn bộc lộ nếu sắp đặt không phù hợp thì cũng dẫn đến thiếu sót thật khó tha thứ ( ví dụ như bàn chứng minh thấp hơn bàn chủ toạ chẳng hạn, . . .)

Chính vì nó có tác dụng tâm lý tạo kỷ niệm, có ý nghĩa đối với việc đánh giá thành công hay thất bại của buổi lễ, và còn có hình thức bày tỏ lòng mình nên phải quan tâm đến phần khung cảnh.

Cho nên khi cử hành lễ chúng ta cần quan tâm đến vấn đề khung cảnh, cụ thể:

- Tuỳ ý nghĩa, tính chất buổi lễ mà chúng ta lựa chọn thời điểm tổ chức thích hợp. Như Lễ phát nguyện, lễ truyền đăng,... thường được tổ chức vào thời điểm rạng sáng chẳng hạn.

- Nơi diễn ra buổi lễ cũng cần phải cân nhắc cho chuẩn, những buổi lễ thuần chất tôn giáo hay lễ phát nguyện, lễ truyền đăng. Lễ phát nguyện nhận nhiệm vụ, lễ thọ cấp,... nhất thiết phải tổ chức tại chánh điện vì pháp sự cần cầu tam bảo chứng minh. Còn những buổi lễ khác tổ chức ngoài chánh điện thì cần chú ý đến khuôn viên có đảm bảo sức chứa đủ người tham dự không? Có bị tiếng ồn làm ảnh hưởng không? Và nếu làm ngoài trời càng phải chú ý đến vấn đề thời tiết. Và nếu số lượng người ít chúng ta cần chú trọng đến khuôn viên thật ấm cúng, tạo mối thân tình là tốt nhất.

- Cần chú ý đến nội dung phong màn thiết kế, các băng rôn trang trí có đúng chủ đề, màu sắc không? Vị trí trưng bày có thích hợp không? Vì đây là những hình ảnh, câu chữ đập vào mắt người tham dự đầu tiên.

- Đối với những buổi lễ cần trang trí hoa tươi long trọng thì cần chú ý đến sắc hoa có phù hợp với buổi lễ không?

- Cách bày trí bàn cho khách tham dự cần chú ý đến 3 thành phần: chứng minh, chủ toạ, quan khách,... thiết kế cho đúng với quy cách thiền môn, có trước sau thích hợp, cần quan tâm đến vị trí của xướng ngôn viên, và không thể không có vị trí cho Gia đình mình tham dự. Chú ý đến thành phần chứng minh, chủ toạ để sắp đặt ghế cho đầy đủ.

- Để thực hiện việc này, khi tổ chức lễ chúng ta cần phân công 1 Huynh trưởng phụ trách công việc trần thiết, trang trí cho chu đáo.

- Bên cạnh đó, đôi lúc chúng ta cũng có sử dụng hiệu ứng ánh sáng, âm thanh phục vụ cho buổi lễ cần quan tâm đảm bảo ấm, vừa đủ nghe, ánh sáng phù hợp với khung cảnh buổi lễ.

Nhiều yếu tố quyết định thành công, song phần khung cảnh cũng khá quan trọng mà chúng ta không thể thờ ơ được. Ngay cả những đơn vị làm kinh tế bên ngoài, mỗi lần tổ chức lễ đều có đặt hàng các công ty tổ chức sự kiện thực hiện cho hiệu quả, thành công.

Đối với chúng ta khung cảnh có tác dụng về tâm linh càng không thể qua loa cho qua chuyện được mà phải đầu tư nghiêm chỉnh để thực hiện tốt tinh thần CẢNH TRANG – TÂM TỊNH – NĂNG ỨNG.

**Phần 03: Các Nội dung Lễ Lược truyền thống**

Qua nghiên cứu các tài liệu liên quan đến lễ lược của tổ chức GĐPT. Việt Nam từ trước đến nay, từ các địa phương trên toàn quốc đã nhiều vấn đề mà Tiểu Ban xét thấy cần tu chỉnh và hệ thống lại, với những lý do như sau:

- Lễ lược của tổ chức chúng ta trải qua nhiều năm chưa tu chỉnh nên hiện tại còn thiếu một số nội dung mà ngày nay chúng ta cần cập nhật bổ sung.

- Một số văn bản liên quan đến ý nghĩa các buổi lễ chưa có dịp hệ thống lại và ban hành chung trên toàn quốc nên mỗi địa phương khi cử hành theo những suy luận và nét riêng của mình mà không có tính thống nhất.

- Các bản văn phát nguyện cho Huynh trưởng và Đoàn sinh chưa có tính thống nhất chung trên toàn quốc.

- Cấu trúc các chương trình còn chưa có tính chung giữa các đơn vị trong tổ chức chúng ta nên khi hòa vào việc chung thì từng Huynh trưởng, từng Đơn vị có những nét riêng.

Từ những trình bày trên, tiểu ban đã nghiên cứu và trình bày một cách có hệ thống các vấn đề quan yếu trong lễ lược GĐPT Việt Nam như sau:

1. Lễ trao ủy nhiệm thư
2. Lễ công nhận chính thức
3. Lễ phát nguyện công nhận Đoàn sinh chính thức

4. Lễ chu niên

5. Lễ sinh nhật Đoàn

6. Lễ trao cấp hiệu Bậc học

7. Lễ lên đoàn – Lên đường

8. Lễ Hiệp kỵ

9. Lễ thọ cấp Huynh trưởng

10. Lễ khai mạc, bế mạc các trại truyền thống

11. Lễ khai mạc, bế mạc các trại Huấn luyện

12. Lễ truyền đăng

13. Lễ Phật Đản ( Nghi thức hành chánh – Nghi lễ cúng dường )

14. Lễ Vu Lan – Báo Tứ trọng ân

15. Lễ Cung thỉnh Chư tôn đức Cố Vấn Giáo Hạnh

16. Lễ phát nguyện nhận nhiệm vụ của Tân Ban Hướng Dẫn

**Phần 04: Chi tiết các buổi lễ**

# A. LỄ TRAO ỦY NHIỆM THƯ

**I. Mục đích – Ý nghĩa của buổi lễ:**

- Căn cứ theo tinh thần Nội Quy GĐPT Việt Nam đã quy định các điều kiện thành lập 01 Đơn vị GĐPT trong hệ thống của Tổ chức.

- Sau thời gian quy tụ Huynh trưởng – Đoàn sinh về trú xứ sinh hoạt, Đơn vị có đầy đủ tối thiểu 04 Đoàn, với đồng phục nghiêm chỉnh. Đơn vị sẽ lập phiếu trình kính chuyển BHD chấp thuận cấp Ủy nhiệm thư thành lập.

- Việc cấp Ủy nhiệm thư là sự giao phó trách nhiệm, Ủy thác Phật sự cho Huynh trưởng hội đủ điều kiện gánh vác sứ mạng phát triển và thăng tiến tổ chức.

- Và buổi lễ được tiến hành nhằm khẳng định dấu son và làm nền tảng cho việc chuẩn bị được công nhận chính thức sau 06 tháng được trao Ủy nhiệm thư.

**II. Thủ tục Hành chánh:**

- Đơn vị phải tiến hành họp BHT công cử Huynh trưởng đại diện nhận sự ủy nhiệm thành lập Gia Đình với tư cách là Gia Trưởng hay Liên Đoàn Trưởng, thống nhất danh xưng trong hệ thống theo từng BHD Tỉnh / Thị, tổng kết tình hình sinh hoạt trong thời gian qua. Và tiến hành lập phiếu trình với các nội dung trên gửi về BHD Tỉnh / Thị để được Cấp Ủy Nhiệm Thư, trong phiếu trình phải có chữ ký chứng minh và chấp thuận của Thầy Trụ trì trú xứ sinh hoạt.

- BHD Tỉnh / Thị sau khi nhận phiếu trình sẽ cử Ủy viên Nội vụ, Ủy viên Tổ kiểm đến thực tế kiểm tra Đơn vị, xem xét các điều kiện trình BHD địa phương chuẩn y ban hành Ủy nhiệm thư.

- Sau khi được BHD đồng thuận, Đơn vị lập kế hoạch buổi lễ bao gồm:

- Thời gian – Địa điểm tổ chức
- Thành phần khách mời: Tôn Đức Trụ Trì chứng minh, BHD chủ tọa, BĐD. BHD tại địa phương tham dự, Đạo tràng, Phụ huynh của Đoàn sinh (nếu có)
- Chương trình cử hành buổi lễ

**III. Chương trình buổi lễ:**

*Phần 01: Nghi thức khai mạc:*

1. Niệm Phật cầu gia bị
2. Cử bài ca chính thức của Gia Đình Phật Tử Việt Nam
3. Phút tưởng niệm
4. Tuyên bố lý do – Thông qua chương trình
5. Giới thiệu Chư tôn đức chứng minh và Quan khách tham dự

*Phần 02: Phần Nội dung:*

6. Lời mở đầu báo cáo tình hình sinh hoạt của Đơn vị trong những ngày đầu thành lập.

7. Tuyên đọc Ủy nhiệm thư

8. Trao Ủy nhiệm thư

9. Huấn từ của BHD chủ tọa.

10. Đạo từ của Chư tôn đức chứng minh

*Phần 03: Bế Mạc:*

11. Cảm tạ

12. Hồi hướng công đức

Liên hoan tiệc trà thân mật *(nếu có)*

# B. LỄ CÔNG NHẬN CHÍNH THỨC:

## I. Mục đích – Ý nghĩa của buổi lễ:

Theo tinh thần Nội Quy của GĐPT Việt Nam đã quy định, một Đơn vị Gia đình được thành lập, sau 06 tháng (kể từ ngày cấp ủy nhiệm thư) điều hòa Phật sự, kiện toàn nhân sự

BHT, hành chánh Gia đình hoàn chỉnh, Đội – Chúng – Đàn – Đoàn được xây dựng chặt chẽ đúng quy định, BHD sẽ căn cứ trên tinh thần đó để ban hành quyết định thừa nhận chính thức Đơn vị.

Buổi lễ công nhận chính thức mang tinh thần như sau:

- Một đơn vị, một cấp trong hệ thống tổ chức GĐPT Việt Nam được duyên lành thành tựu.

- Chứng nhận cho thành quả Phật sự và công nhận chính thức những Huynh trưởng – Đoàn sinh hiện đang sinh hoạt tại Đơn vị là một nhân tố trong thực thể GĐPT. Việt Nam.

- Qua đây ủy thác Phật sự điều hành Đơn vị theo đúng tôn chỉ, mục đích, nội quy, quy chế Huynh trưởng GĐPT Việt Nam, và kể từ hôm nay Đơn vị được thay mặt Tổ chức công nhận Đoàn sinh Chính thức GĐPT. Việt Nam qua Lễ Phát nguyện, chính thức được tổ chức trại mạc, sinh hoạt truyền thống. Và cũng từ đây tuổi chu niên bắt đầu hình thành trong quá trình xây dựng, phát triển Đơn vị.

## II. Thủ tục Hành chánh:

- Sau 06 tháng sinh hoạt điều hòa phật sự, việc kiện toàn Gia đình được chỉnh chu, BHT sẽ tiến hành phiên họp và lập phiếu trình về BHD Tỉnh / Thị xin công nhận chính thức GĐ, và nội dung phiếu trình cần có đầy đủ các thông tin cụ thể như sau:

- Tóm lược sinh hoạt của Gia Đình trong thời gian 06 tháng (kể từ ngày được trao ủy nhiệm thư).
- Trình tôn hiệu của Thầy Cố Vấn Giáo Hạnh.
- Thành phần BHT được phân công
- Trình xin ngày truyền thống Chu niên để BHD công nhận.

- Căn cứ trên tinh thần này, BHD sẽ cử Ủy viên Nội vụ, Ủy viên Tổ Kiểm thăm và kiểm tra Đơn vị trước khi công nhận chính thức.

- Sau khi Ủy viên Nội vụ và Ủy viên Tổ kiểm đã đồng thuận, được Thường Vụ BHD thông qua, Văn phòng BHD sẽ thông tri cho Đơn vị biết và chuẩn bị tổ chức Lễ Công Nhận Chính Thức.

- Tiếp theo sau ý kiến thuận của BHD, Văn Phòng Tổng Thư Ký kết hợp cùng Đơn vị để thống nhất phương án tổ chức, và Đơn vị sẽ lập phiếu trình đề án tổ chức để BHD duyệt y trong đó:

- Thời gian – Địa điểm tổ chức
- Các nội dung tổ chức: triển lãm, kỷ yếu, . . .
- Chương trình buổi lễ
- Thành phần khách mời: Chư tôn đức chứng minh, Ban Hướng Dẫn, Các Đơn vị bạn, Phụ huynh, Đạo tràng.

- Thực hiện thiệp thỉnh để cung thỉnh Chư tôn đức và thiệp mời BHD cùng Quan khách tham dự buổi lễ.

## III. Chương trình buổi lễ:

### *Phần 01: Nghi thức khai mạc*

1. Niệm Phật cầu gia bị
2. Cử bài ca chính thức GĐPT. Việt Nam
3. Phút tưởng niệm
4. Tuyên bố lý do – Thông qua chương trình
5. Giới thiệu Chư tôn đức chứng minh và Quan khách tham dự

### *Phần 02: Nội dung*

6. Lời khai mạc
7. Nghi thức dâng hoa cúng dường và tri ân
8. Cài phù hiệu lưu niệm
9. Lược trình sinh hoạt
10. Toán Thủ Kỳ vào vị trí – Huynh trưởng Đại Diện vào vị trí
11. Tuyên đọc Quyết định công nhận chính thức
12. Trao Quyết định
13. Nghi thức trao kỳ hiệu – Cử Gia Đình Ca
14. Lời tác bạch cung thỉnh CVGH và phát nguyện nhận lãnh sứ mạng mà Tổ chức giao phó.
15. Lời chứng nhận và Huấn từ của Anh Trưởng BHD.
16. Đạo từ của Chư tôn đức Cố Vấn Giáo Hạnh chứng minh
17. Quan khách Tặng hoa – Quà chúc mừng

### *Phần 03: Bế mạc*

18. Cảm tạ - Hồi hướng.

# C. LỄ PHÁT NGUYỆN CÔNG NHẬN ĐOÀN SINH CHÍNH THỨC

## I. Mục đích – Ý nghĩa của buổi lễ:

- Theo tinh thần Nội Quy, Đoàn sinh gia nhập GĐPT và gắn bó liên tục trong 03 tháng, đã quy y Tam bảo, học và hiểu được các bài Phật pháp căn bản như: Đối với Thanh Thiếu: Tam Bảo, Ngũ giới, Mục đích GĐPT. Việt Nam, Châm ngôn, Năm điều luật, Ý nghĩa màu lam, Ý nghĩa huy hiệu hoa sen, Ăn chay – Niệm Phật, Chào kính. Đối với Oanh vũ: Ý nghĩa vào Đoàn, Em đến chùa, Em đeo huy hiệu hoa sen, Tam Bảo, Ba điều luật, Châm ngôn, Em ăn chay, Màu Lam. Và các em có đạo hạnh tốt, được Đoàn Trưởng giới thiệu sẽ được BHT. Gia Đình tổ chức Lễ Phát Nguyện đeo huy hiệu hoa sen.

- Đây là thời khắc thiêng liêng được công nhận là Đoàn sinh chính thức của tổ chức GĐPT Việt Nam.

## II. Thủ tục Hành chánh:

- BHT Gia Đình thống nhất chung và ấn định kế hoạch tổ chức Lễ Phát Nguyện.

- Các Đoàn trình danh sách lên Liên Đoàn Trưởng ngành trực thuộc, và Liên Đoàn Trưởng trình Bác Gia Trưởng duyệt y.

- Thư Ký Gia Đình soạn thảo Quyết định trình Bác Gia Trưởng khán duyệt.

- Lên chương trình buổi lễ, phân công nhiệm vụ, soạn thư thỉnh, thư mời để cung thỉnh Chư Tăng chứng minh và mời Phụ huynh của các em Đoàn sinh phát nguyện tham dự.

- Và sau khi lễ phát nguyện hoàn tất, Thư Ký Gia Đình cập nhật tên Đoàn sinh phát nguyện vào Gia Phả theo số danh bộ của Gia Đình.

- Nộp Quyết định về BHD để lưu hồ sơ

**III. Mẫu Quyết định:**

BHD. GĐPT... GIA ĐÌNH PHẬT TỬ VIỆT NAM
GIA ĐÌNH PHẬT TỬ... Bi – Trí – Dũng

\*\*\*

*PL..., ngày... tháng... năm...*

*Quyết định số:...*

*V/v Công nhận Đoàn Sinh Chính Thức GĐPT.VN*

GIA TRƯỞNG GIA ĐÌNH PHẬT TỬ...

- Chiếu Nội Quy – Quy Chế Huynh trưởng GĐPT. Việt Nam thiết lập ngày 01 / 07 / 1964, tu chỉnh ngày 01 / 08 / 1967 và các kỳ Đại hội kế tiếp ấn định cơ cấu tổ chức, điều hành và Quản trị ngành Huynh trưởng các cấp GĐPT. Việt Nam.

- Chiếu Quyết định số... về việc công nhận chính thức GĐPT...

- Chiếu Phiếu trình của các Liên Đoàn trực thuộc về việc giới thiệu Đoàn sinh hội đủ điều kiện được Công nhận chính thức.

- Chiếu tinh thần phiên họp Ban Huynh Trưởng định kỳ... về việc triển khai Phật sự Tổ chức Lễ Phát Nguyện Công Nhận Đoàn Sinh Chính Thức GĐPT.VN.

- Vì nhu cầu Phật sự

**QUYẾT ĐỊNH**

ĐIỀU 01: Nay công nhận... Đoàn sinh có tên sau được trở thành Đoàn Sinh Chính Thức của tổ chức Gia Đình Phật Tử Việt Nam, sinh hoạt tại GĐPT... , trực thuộc BHD. GĐPT... kể từ ngày Vía... PL... (ngày... tháng... năm...).

ĐIỀU 02: Các Đoàn sinh có tên ở điều 01 phải sống đúng theo

những điều đã phát nguyện và được hưởng mọi quyền lợi tinh thần theo đúng Nội Quy của GĐPT. Việt Nam.

ĐIỀU 03: Quý Anh Chị Thư Ký GĐ, Đoàn Trưởng các Đoàn, Đoàn sinh có tên ở điều 01 chiếu nhiệm vụ thi hành quyết định này.

## GIA TRƯỞNG

**Nơi nhận:**

- BHD. GĐPT...
"Kính báo cáo"
- ĐĐ Cố Vấn Giáo Hạnh...
"Kính tri tường"
- Các Đoàn trực thuộc
 - Thành phần ghi ở điều 03
"Để thi hành"
- Hồ sơ / Lưu

### IV. Ý nghĩa Huy hiệu hoa sen:

*Huy hiệu hoa sen là biểu trưng cho tinh thần của tổ chức GĐPT Việt Nam gần 70 năm qua, và được Hòa thượng Thích Tịnh Khiết – Hội chủ Tổng Hội Phật Giáo Việt Nam thay mặt Tổng Hội công nhận vào mùa Vía Phật Thành Đạo ngày 08 tháng chạp năm Mậu Tý ( tức ngày 06 tháng 01 năm 1949 ) tại Ngôi Chùa Từ Đàm lịch sử, do Huynh trưởng Lê Lừng sáng tác với sự chuẩn hóa kỹ thuật vẽ của HTr Phan Xuân Sanh. Chỉ còn vài giây phút ngắn nữa thôi các em sẽ được cài trên ngực áo mình chiếc huy hiệu thiêng liêng này và chính thức trở thành Đoàn sinh của GĐPT. Việt Nam. Anh / Chị thay mặt cho tổ chức, cho BHT Gia Đình có đôi lời nhắc nhở ý nghĩa Huy hiệu Hoa sen đến các em trong buổi lễ này.*

*Các em thân mến!*

*Trước nhất tổ chức chúng ta chọn hoa sen làm biểu tượng tinh thần mà không phải là một loài hoa nào khác, bởi hoa sen có mấy đặc tính cao quý như sau:*

*- Là loài hoa sống gần bùn mà không bị nhiễm bùn luôn vươn mình tỏa ngát hương thơm thanh khiết. Đây là biểu trưng cho sự vô nhiễm.*

*- Hoa sen không bị các loài ong, bướm, ruồi đến hút nhụy, ngửi hương và không dùng để trang sức. Chính là thể hiện tính ly dục của hoa sen.*

*- Hoa sen với thân ngay, ruột rỗng, gương đầy hạt biểu trưng cho tinh thần hành trực, ngay thẳng, hỷ xả và bao dung.*

*- Nơi nào ngó sen mọc lên thì bùn nhơ đen sẽ sạch trong thanh khiết đó chính là đặc tính trừng thanh của Sen.*

*- Hoa sen biểu trưng cho nhân quả đồng thời bởi khi nở thì gương và hột đã thành.*

*- Tất cả từ lá sen, ngó sen, tim sen, hạt sen, cánh sen, củ sen đều dùng được là thể hiện sự rốt ráo trong tu tập.*

*Từ những đặc tính cao quý này, mà Chư Phật, Chư Bồ tát đều chọn hoa sen làm tòa, và đây là loài hoa biểu trưng trọn vẹn tinh thần nhất thừa, thành tựu Phật quả. Người Đoàn sinh GĐPT Việt Nam khi cài hoa sen phải tâm niệm sống như những đức tính thanh cao của hoa sen.*

*Chiếc huy hiệu của tổ chức chúng ta là hoa sen 08 cánh với bố cục 05 cánh trên và 03 cánh dưới, hoa sen màu trắng, trên nền xanh lá mạ, được bao bọc bởi chiếc vòng tròn trắng bên ngoài mang đầy đủ giá trị tinh thần của tu tập:*

*Năm cánh trên tượng trưng cho năm hạnh lành của người Phật tử, từ ngoài nhìn vào, cánh chính giữa là biểu trưng cho hạnh tinh tấn, thể hiện sự siêng năng không biếng nhác, sự tích cực không mệt mỏi trong hành trì, trong tu tập, trong phật sự mà tổ chức giao phó, không giãi đãi, không thoái xuất chí hướng khi gặp khó khăn, đây là hạnh nguyện được biểu trưng bởi Đức Phật Thích Ca. Bên trái cánh tinh tấn là cánh sen Thanh tịnh, đây chính là sự trong sạch từ thể chất đến tinh thần, từ nói đến việc làm, thể hiện sự chân chánh của người Phật tử, đây là hạnh biểu trưng của Đức Phật A Di Đà, bên phải cánh tinh tấn là cánh sen hỷ xã, đây chính là hạnh đức cao quý của Ngài Di Lặc, hỷ xả chính là bao dung, tha thứ trong niềm hoan hỷ không chấp trước, biết thương yêu, biết xây dựng cho nhau, biết mỉm cười để lỗi lầm của nhau tan biến trong tinh thần cầu sám hối. Cánh sen cạnh bên cánh thanh tịnh là từ bi, với hình ảnh tiêu biểu của Bồ Tát Quán Thế Âm, biết học và thực hành hạnh lắng nghe, đem đến cho người niềm vui, làm cho người vơi đi khổ đau đó chính là hạnh từ bi được thực hiện. Cánh sen cạnh bên cánh hỷ xả là Trí tuệ, tiêu biểu cho Bồ Tát Văn Thù Sư Lợi, trí tuệ là chất liệu để tiến tu, trí tuệ là sự hiểu biết chân chánh, cắt đứt mọi cấu uế phiền não, không chất chứa tà kiến.*

*Ba cánh dưới tượng trưng cho 03 ngôi báu Phật – Pháp – Tăng, nơi quy ngưỡng bền vững, quý báu nhất trên thế gian này.*

*Từ đó, chúng ta thấy nền tảng Tam bảo đã xuất sanh 05 hạnh lành, người Phật tử quán niệm và thực hành đúng tinh thần này thì thành tựu công đức, con đường đạt đến cứu cánh không xa.*

*Màu trắng của hoa sen biểu trưng cho sự thanh khiết, vô cấu nhiễm, thanh tịnh giữa cảnh trần nhiều sự nhiễm ô. Màu xanh lá mạ biểu trưng cho sức sống vươn lên của tuổi trẻ đầy hy vọng vào tương lai, biểu trưng cho tổ chức giáo dục Thanh – Thiếu – Đồng GĐPT chúng ta luôn hướng đến con đường hiền thiện.*

*Vòng tròn trắng bên ngoài chính là thể hiện ý nghĩa Đạo Phật Viên Dung Hoàn Toàn Vô Ngại, tròn đầy tâm nguyện và hạnh đức với con đường hướng đến giải thoát giác ngộ trong hào quang bảo bọc của Tam bảo, quang huy rực rỡ ánh sáng nhiệm mầu, vi diệu.*

*Các em thân mến!*

*Với những ý nghĩa cao quý đó, nên huy hiệu hoa sen được cài ngay trái tim mình, khi nào hơi thở còn, nhịp đập con tim còn thì lúc đó còn nhiệt huyết cho lý tưởng, sức sống còn chúng ta nguyện giữ tinh thần cao quý choHoa sen, nuôi dưỡng hoa sen bằng đất tâm thuần khiết và gìn giữ sức sống, uy danh, sự trường tồn của tổ chức bằng tất cả con tim của mình.*

*Hãy trân quý huy hiệu hoa sen như quý con ngươi của mình, vì nơi huy hiệu đã chứa đựng tất cả công đức lành với các vị Phật và Bồ tát tiêu biểu, là 03 ngôi báu quý nhất trên thế gian này, là linh hồn của tổ chức, chớ để bừa bãi, chớ quên mất huy hiệu hoa sen trong những lần đến với áo lam. Quên huy hiệu chính là quên bản tâm, phật tánh trong mình. Mất huy hiệu là mất chính mình. Nên các em chớ bao giờ khinh xuất, phải cẩn trọng gìn giữ.*

## V. Lời phát nguyện

Hôm nay là ngày... tháng... năm... Phật lịch... (nhằm ngày... tháng... năm...) tại chánh điện của Chùa... trước sự chứng minh của Tam bảo, sự chứng tri của Huynh trưởng đại diện cho Tổ chức GĐPT. Việt Nam, cùng sự hiện diện tham dự của Quý Bác, Quý Anh Chị cùng toàn thể Đoàn sinh của Gia Đình.

Con tên là:...

Pháp danh:...

Thuộc Đoàn:...

Thành tâm dâng lời Phát nguyện:

- **Điều phát nguyện thứ nhất:** Nguyện tinh tấn tu học theo giáo lý Phật đà và giữ giới đã thọ trì.

- **Điều phát nguyện thứ hai:** Nguyện sống đúng theo Châm ngôn và điều luật của tổ chức GĐPT Việt Nam

## VI. Chương trình buổi lễ:

- Trang nghiêm đạo tràng

- Huynh trưởng – Đoàn sinh vân tập

- Cung đón Quý Huynh trưởng đại diện cho tổ chức GĐPT.VN chứng tri thân lâm

- Tác lễ Thỉnh Sư – Cung thỉnh Chư tôn đức quang lâm

- Thông qua chương trình Lễ

- Nghi thức Cúng Dường Bạch Phật gồm có:

  ▪ Niêm hương Bạch Phật – Đảnh lễ Tam bảo
  ▪ Cử hành nghi thức tụng niệm của GĐPT. Việt Nam

1. Cử bài ca chính thức GĐPT. Việt Nam

2. Phút tưởng niệm

3. Lời mở đầu lý do buổi lễ - Giới thiệu Chư tôn đức chứng minh, Quan khách tham dự

4. Tuyên đọc Quyết định Công nhận Đoàn sinh chính thức

5. Ý nghĩa Huy hiệu hoa sen

6. Đoàn sinh Phát nguyện đảnh lễ Tam bảo

7. Dâng lời Phát nguyện

8. Đảnh lễ tam bảo chứng minh

9. Lời công nhận của Huynh trưởng Đại diện cho tổ chức GĐPT. Việt Nam

10. Cài huy hiệu hoa sen – Gia đình hiệu

11. Nghi thức trao luật

12. Đạo từ của Chư tôn đức Cố Vấn Giáo Hạnh chứng minh

13. Nghi thức kỳ an - Hồi hướng – Cử nhạc trầm hương đốt – Đọc luật cả gia đình.

14. Cảm tạ

# D. LỄ CHU NIÊN

## I. Mục đích – Ý nghĩa của buổi lễ:

- Chu niên là Phật sự truyền thống của tổ chức GĐPT Việt Nam, là thời khắc ghi dấu áo lam tròn 01 năm phụng sự kể từ ngày được BHD công nhận chính thức trong hệ thống tổ chức GĐPT. Việt Nam.

- Huynh trưởng, Đoàn sinh bất cứ ai cũng sung sướng, hãnh diện khi thấy số tuổi đi kèm với 02 từ chu niên càng ngày càng cao, tuổi gia đình càng ngày càng cao như gói tròn cái lớn của những tâm hồn trong sáng tươi vui, những trái tim luôn ôm ấp đức tin, lý tưởng, tỏa sáng tâm nguyện bồ đề, thâm tín Phật pháp, xây dựng đời sống thiện lành. Tuổi Lam lớn lên cùng tuổi Gia đình, Huynh trưởng – Đoàn sinh thấy như tóc mình thêm xanh, môi cười thêm thắm, mắt thêm ngời sáng tin yêu.

- Tuổi lam được công nhận từ đây cho Đơn vị và tuổi đạo của Huynh trưởng – Đoàn sinh theo đây mà thành tựu và thăng tiến.

## II. Thủ tục Hành chánh:

- Đây là Phật sự truyền thống gắn liền với ngày kỷ niệm của Đơn vị nên không được tùy tiện thay đổi hay chuyển dịch. BHT cần họp và thống nhất chọn ngày gần nhất để thực hiện Phật sự.

- Trình Thầy Cố Vấn Giáo Hạnh tri tường Phật sự sẽ thực hiện vào thời điểm mà BHT đã thống nhất để Thầy có ý kiến điều chỉnh (khi cần thiết).

- Khi được Thầy Cố Vấn Giáo Hạnh hoan hỷ thì thiết lập hồ sơ trình BHD duyệt thuận với các phần như sau:

- Phiếu trình tổ chức lễ gồm các nội dung: Thời gian, địa điểm, chương trình, Nội dung của Lễ Kỷ niệm chu niên, Ban tổ chức, Quan khách dự kiến mời.

- Báo cáo tổng kết sinh hoạt trong năm qua
- Thiệp mời BHD chủ tọa.
- Chuyển thiệp thỉnh và thiệp mời đến Chư tôn đức và liệt vị quan khách đến tham dự chung vui cùng Gia đình.

**III. Chương trình buổi lễ:**

- Huynh trưởng – Đoàn sinh vân tập vào vị trí hành lễ
- Trang nghiêm đạo tràng
- Đón tiếp Quan khách
- Cung đón Phái Đoàn BHD chủ tọa thân lâm
- Tác lễ thỉnh sư Cung nghinh Chư tôn đức quang lâm.

## CỬ HÀNH LỄ CHÍNH THỨC

**Phần 01: Nghi thức khai mạc:**

1. Niệm Phật cầu gia bị
2. Cử bài ca chính thức GĐPT. Việt Nam
3. Cử Gia Đình Ca
4. Phút tưởng niệm
5. Tuyên bố lý do – Thông qua chương trình
6. Giới thiệu Chư tôn đức chứng minh và Quan khách tham dự

**Phần 02: Phần Nội dung**

7. Diễn văn khai mạc Lễ Kỷ niệm Chu Niên
8. Nghi thức dâng hoa cúng dường và tri ân
9. Cài phù hiệu lưu niệm
10. Báo cáo tổng kết Phật sự trong năm
11. Thắp nến mừng Chu niên
12. Khen thưởng

- *Khen thưởng Đoàn tiêu biểu*
- *Khen thưởng Huynh trưởng tiêu biểu*
- *Khen thưởng Đoàn sinh tiêu biểu*
- *Khen thưởng Huynh trưởng – Đoàn sinh xuất sắc trong tu*

*học*

- *Khen thưởng Huynh trưởng – Đoàn sinh xuất sắc trong học tập*

13. Huấn từ của Anh Trưởng BHD
14. Đạo từ của Chư tôn đức Cố Vấn Giáo Hạnh chứng minh
15. Thổi nến – Cắt bánh
16. Quan khách Tặng hoa – Quà chúc mừng

**Phần 03: Bế mạc**

17. Cảm tạ - Hồi hướng.
Tiệc chay thân mật *(nếu có)*

# E. LỄ SINH NHẬT ĐOÀN

## I. Mục đích – Ý nghĩa của buổi lễ

- Sinh nhật Đoàn là buổi lễ đánh dấu sự trưởng thành của Đoàn thêm 01 tuổi mới trong tinh thần phụng sự.

- Đây là Phật sự mang tính truyền thống của các Đoàn gắn liền với thời gian đóng góp cho sự thăng tiến của Gia đình.

## II. Thủ tục hành chánh

- Đây là Phật sự truyền thống gắn liền với ngày kỷ niệm của Đoàn nên không được tùy tiện thay đổi hay chuyển dịch. BHT Đoàn cần họp và thống nhất chọn ngày gần nhất để thực hiện Phật sự.

- Thiết lập hồ sơ trình Liên Đoàn Trưởng duyệt thuận với các phần như sau:

- Phiếu trình tổ chức lễ gồm các nội dung: Thời gian, địa điểm, chương trình, Nội dung của Lễ Kỷ niệm, hình thức tổ chức, Quan khách dự kiến mời (chỉ mời các Đoàn bạn trong nội bộ

Gia đình cùng Bác Gia trưởng, Ban Huynh trưởng tham dự)
- ▪ Báo cáo tổng kết sinh hoạt trong năm qua
- ▪ Thiệp mời Liên Đoàn trưởng chủ tọa.

- Chuyển thiệp mời đến BGT - BHT và các Đoàn đến tham dự và chia sẻ niềm vui.

## III. Chương trình buổi lễ

- Huynh trưởng – Đoàn sinh vân tập vào vị trí hành lễ
- Trang nghiêm đạo tràng
- Đón tiếp các Đoàn bạn.
- Đón Bác Trưởng tham dự, Liên Đoàn Trưởng chủ tọa thân lâm

### CỬ HÀNH LỄ CHÍNH THỨC

1. Niệm Phật cầu gia bị
2. Cử bài ca chính thức GĐPT. Việt Nam
3. Cử Đoàn ca
4. Phút tưởng niệm
5. Tuyên bố lý do – Thông qua chương trình
6. Giới thiệu Quan khách tham dự
7. Diễn văn khai mạc và lược trình sinh hoạt
8. Cài phù hiệu lưu niệm
9. Thắp nến mừng sinh nhật
10. Khen thưởng *(nếu có)*
11. Huấn từ của Liên Đoàn trưởng chủ tọa
12. Quan khách Tặng hoa – Quà chúc mừng
13. Cảm tạ - Hồi hướng.
14. Tiệc chay thân mật *(nếu có)*

## F. LỄ TRAO CẤP HIỆU BẬC HỌC

### I. Mục đích – ý nghĩa của buổi lễ

- Sau thời gian tu học chuyên cần, các em đã đạt được thành quả, đủ điều kiện để vượt bậc thông qua kỳ thi vượt bậc của năm qua. Lễ trao cấp hiệu bậc học cho Đoàn sinh nhằm chuẩn hóa kiến thức trình độ, khả năng và đạo hạnh để bắt đầu cho niên học mới.

- Và buổi lễ là hình thức để khuyến tấn các em tiếp tục tu trì và thăng tiến tự thân trong tinh thần tinh tấn.

## II. Thủ tục hành chánh

- BHT ấn định ngày giờ cử hành lễ

- Xây dựng chương trình lễ, chuẩn bị phù hiệu bậc học, hoàn tất phần văn bản quyết định và chứng chỉ trúng cách.

- Cung thỉnh Chư tôn đức chứng minh.

## III. Chương trình buổi lễ

1. Niệm Phật cầu gia bị
2. Cử bài ca chính thức của GĐPT Việt Nam
3. Cử Gia đình ca
4. Phút tưởng niệm
5. Tuyên bố lý do – Thông qua chương trình
6. Giới thiệu Chư tôn đức chứng minh và quan khách tham dự.
7. Tuyên đọc Quyết định vượt bậc
8. Hạ cấp hiệu bậc học cũ.
9. Trao chứng chỉ trúng cách – Gắn cấp hiệu bậc học
10. Huấn từ của Bác Gia trưởng
11. Đạo từ của Thầy chứng minh
12. Cảm tạ - Hồi hướng.

# G. LỄ LÊN ĐOÀN – LỄ LÊN ĐƯỜNG

## I. Mục đích – ý nghĩa của buổi lễ

- Chiếu Nội Quy của tổ chức GĐPT Việt Nam để sự hướng dẫn

các em được thập phần hiệu quả về xây dựng tác phong, đạo đức cũng như đời sống tâm linh theo đúng truyền thống tinh thần Phật giáo, gắn liền với nền luân lý đạo đức dân tộc.Vì thế lễ lên Đoàn là dấu ấn ghi nhận sự trưởng thành của Đoàn sinh Oanh Vũ khi tròn 12 tuổi trong những tháng ngày gắn bó cùng lý tưởng áo lam.

- Đối với ngành thiếu khi tròn 18 tuổi là thời khắc mà tổ chức GĐPT.VN thừa nhận sự trưởng thành với tư cách công dân trong xã hội, người cận sự nam, cận sự nữ trong Giáo Đoàn Đức Thế Tôn, lứa tuổi được trao gởi nhiều kỳ vọng cho sự kế thừa Tổ chức trong tương lai. Buổi lễ Lên Đường mang tinh thần và ý nghĩa cao quý đó.

## II. Thủ tục hành chánh

- BHT thống nhất đề án tổ chức Phật sự Lễ Lên Đoàn, Lên Đường cho Đoàn sinh Hội đủ điều kiện.

- Đoàn Trưởng các Đoàn kiểm tra số lượng, lập danh sách trình Liên Đoàn Trưởng ngành liên hệ tri tường và Liên Đoàn Trưởng đệ trình Bác Gia Trưởng duyệt thuận thông qua quyết định.

- Thư Ký Gia Đình thảo quyết định và trình Bác Gia Trưởng khán duyệt.

- Xây dựng chương trình lễ, phân công, phận nhiệm cụ thể, mời khách tham dự cụ thể như: cung thỉnh Thầy Cố Vấn Chứng Minh, mời Ban Bảo Trợ, mời Phụ Huynh đồng tham dự.

## III. Ý nghĩa lên Đoàn – Lên đường

### 1. Ý nghĩa Lễ Lên Đoàn:

*Kính bạch Chư tôn đức*

*Kính thưa . . .*

*Trong thời gian qua, còn ở độ tuổi ngành Đồng non dại, anh chị trưởng đã thay thế quý vị, vỗ về, nâng niu, hướng dẫn chỉ vẽ cho các* em từ cách ăn cách nói, đi đứng nằm ngồi phép tắc, đến cách bồi dưỡng rèn luyện kỹ năng nghe nhìn, mô tả, phân biệt, ghi nhận những chuẩn mực, những sự kiện trong cuộc sống đời thường, từ trong gia đình, trong nhà chùa, đến nhà trường, ngoài xã hội. Giờ đây các em đã tròn 12 tuổi, các em phải đứng vững trên đôi chân của mình, không thể nương anh dựa chị, bắt đầu suy nghĩ tư duy, phải tự đứng dậy sau mỗi lần quy ngã, phải tự tin nơi bản thân mình, phải rèn luyện ý chí bản lãnh, biết phục thiện chính bản thân và giúp đỡ kẻ khác. Biết sống bằng đầu óc của mình, bằng sự lao động của đôi tay mình, không xa rời sự góp ý, dạy bảo, cố vấn của Cha mẹ, Thầy Cô, Anh Chị, không ỉ lại vào uy tín của tôn thân quyến thuộc, chấm dứt những hành động nhõng nhẽo, vòi vĩnh, chui vào lòng anh, ngồi trên đùi chị, con trai phải có bản lĩnh, con gái phải đoan chánh nết na.

Do đó, thời điểm này một dấu mốc quan trọng trong sự trưởng thành của các em, các em phải hãnh diện. Chúng ta hân hoan chúc mừng cho các em.

## 2. Ý nghĩa Lễ Lên Đường:

Kính bạch

Kính thưa

Giờ đây đứng trước kỳ đài sen trắng, giữa bầu trời non nước này, các em là những đạo hữu của Giáo hội, là công dân của Tổ quốc, là Đoàn sinh trưởng thành của GĐPT. Việt Nam, chỉ chừng ấy danh hiệu các em đã thấy rõ mình phải có bổn phận, trách nhiệm như thế nào để có thể đầu đội trời, chân đạp đất, vừa đi vừa ngước nhìn mà không hổ thẹn với anh em, với tổ chức, với đạo pháp, với dân tộc đồng bào.

Những gì đáng nói các anh chị đã nói, điều gì đáng làm các anh chị đã làm, điều gì cần lưu ý các anh chị đã nhắc nhở.

*Giờ đây, thời niên thiếu chưa thành nhân đã chấm dứt, các em phải lên đường vào đời. Tương lai là của các em, cuộc sống đang chờ đón các em, tổ chức đang cần các em vun vén, đạo pháp cần các em xiển dương, Già lam đang chờ các em phát tâm, dân tộc đang chờ các em đắp xây, Tổ quốc đang cần các em ra sức xây dựng và bảo vệ.*

*Đạo Phật là đạo từ bi, cần các em có con tim nhân ái hiếu sinh.*

*Đạo Phật là đạo trí tuệ, cần các em có khối óc sáng tạo, năng động và hiểu biết.*

*Chữ Hiếu của đạo Phật đòi hỏi các em phải hiếu thảo với cha mẹ, ông bà tổ tiên.*

*Đạo Phật dạy Phật tử phải biết tri ân và báo ân, ân Thầy, ân bạn, ân chúng sanh, ân tam bảo, ân cha mẹ, chớ bao giờ cho là thứ yếu.*

*Đạo Phật dạy Phật tử tri túc thiểu dục, phải biết quên mình vì người, đó là chân dung của một Phật tử. Các em nhiều năm qua đã thực tập, hành xử từ ý niệm đến tư tưởng và thể hiện bằng hành động.*

*Các em chỉ nhớ cho rằng: kể từ giờ các em phải chịu trách nhiệm lấy mọi hành vi ứng xử trong đời thường, các em phải biết đi bằng đôi chân của chính mình, ứng xử bằng cái đầu của mình. Đó là những điểm trọng yếu mà tổ chức ta muốn các em ghi nhận một cách sâu sắc vấn đề này.*

*Chúc các em dõng mãnh tinh tấn, hoàn thành viên mãn sứ mạng của mình.*

**IV. Nội dung lời phát nguyện**

**1. Lời phát nguyện Lên Đoàn:**

Hôm nay là ngày... tháng... năm... Phật lịch... (nhằm ngày... tháng... năm...) tại chánh điện của Chùa... trước sự chứng minh của Tam bảo, sự chứng tri của Huynh trưởng đại diện cho Tổ chức

GĐPT. Việt Nam, cùng sự hiện diện tham dự của Quý Bác, Quý Anh Chị cùng toàn thể Đoàn sinh của Gia Đình.

Con tên là:...

Pháp danh:...

Thuộc Đoàn:...

Thành tâm dâng lời Phát nguyện:

- **Điều phát nguyện thứ nhất:** Nguyện tinh tấn tu học theo giáo lý Phật đà

- **Điều phát nguyện thứ hai:** Nguyện sống đúng theo tinh thần Nội Quy của GĐPT Việt Nam và điều lệ của GĐPT địa phương.

### 2. *Lời phát nguyện Lên Đường:*

Hôm nay là ngày... tháng... năm... Phật lịch... (nhằm ngày... tháng... năm...) tại chánh điện của Chùa... trước sự chứng minh của Tam bảo, sự chứng tri của Huynh trưởng đại diện cho Tổ chức GĐPT. Việt Nam, cùng sự hiện diện tham dự của Quý Bác, Quý Anh Chị cùng toàn thể Đoàn sinh của Gia Đình.

Con tên là:...

Pháp danh:...

Thuộc Đoàn:...

Thành tâm dâng lời Phát nguyện:

- **Điều phát nguyện thứ nhất:** Nguyện tinh tấn tu học theo giáo lý Phật đà

- **Điều phát nguyện thứ hai:** Nguyện sống đúng theo tinh thần Nội Quy của GĐPT Việt Nam và điều lệ của GĐPT địa phương.

- **Điều phát nguyện thứ ba:** Nguyện trung kiên kế thừa, gánh vác trách nhiệm.

**V. Chương trình buổi lễ**

*1. Chương trình Lễ Lên Đoàn*

- Trang nghiêm đạo tràng
- Huynh trưởng – Đoàn sinh vân tập
- Cung đón Quý Huynh trưởng đại diện cho tổ chức GĐPT.VN chứng tri thân lâm
- Tác lễ Thỉnh Sư – Cung thỉnh Chư tôn đức quang lâm
- Thông qua chương trình Lễ

*Phần 01: Nghi thức tại chánh điện:*

- Nghi thức Cúng Dường Bạch Phật gồm có:
  - Niêm hương Bạch Phật – Đảnh lễ Tam bảo
  - Cử hành nghi thức tụng niệm của GĐPT. Việt Nam

1. Cử bài ca chính thức GĐPT. Việt Nam
2. Phút tưởng niệm
3. Lời mở đầu lý do buổi lễ - Giới thiệu Chư tôn đức chứng minh, Quan khách tham dự
4. Tuyên đọc Quyết định Công nhận Đoàn sinh Lên Đoàn
5. Ý nghĩa Lên Đoàn
6. Nghi thức cắt dây treo lên Đoàn
7. Thay đồng phục
8. Đoàn sinh Lên Đoàn đảnh lễ Tam bảo
9. Dâng lời Phát nguyện
10. Lời công nhận của Huynh trưởng Đại diện cho tổ chức GĐPT. Việt Nam
11. Cài Gia đình hiệu
12. Nghi thức trao luật
13. Đạo từ của Chư tôn đức Cố Vấn Giáo Hạnh chứng minh
14. Hồi hướng – Cử nhạc trầm hương đốt – Đọc luật cả gia đình.
15. Cung tiễn Chư tôn đức .

*Phần 02: Nghi thức tại sân cờ:*

1. Cử Gia đình ca

2. Cử Đoàn ca các Đoàn

3. Lời tạm biệt và nhắn nhủ tiễn các em Lên Đoàn của Huynh trưởng Đoàn.

4. Tặng quà lưu niệm.

5. Đoàn sinh Lên Đoàn chào Huynh trưởng và Đoàn của mình.

6. Trình diện Liên Đoàn Trưởng nhận hành trang lên đoàn.

7. Huynh trưởng Đoàn tiễn các em qua cầu, Huynh trưởng Đoàn Thiếu tiếp nhận và phát biểu khuyến tấn.

8. Huấn từ của Bác Gia trưởng

9. Cảm tạ - Hoàn mãn.

*2. Chương trình Lễ Lên Đường*

- Trang nghiêm đạo tràng

- Huynh trưởng – Đoàn sinh vân tập

- Cung đón Quý Huynh trưởng đại diện cho tổ chức GĐPT.VN chứng tri thân lâm

- Tác lễ Thỉnh Sư – Cung thỉnh Chư tôn đức quang lâm

- Thông qua chương trình Lễ

*Phần 01: Nghi thức tại chánh điện:*

- Nghi thức Cúng Dường Bạch Phật gồm có:

  ▪ Niêm hương Bạch Phật – Đảnh lễ Tam bảo

  ▪ Cử hành nghi thức tụng niệm của GĐPT. Việt Nam

1. Cử bài ca chính thức GĐPT. Việt Nam

2. Phút tưởng niệm

3. Lời mở đầu lý do buổi lễ - Giới thiệu Chư tôn đức chứng minh, Quan khách tham dự

4. Tuyên đọc Quyết định Công nhận Đoàn sinh Lên Đường.

5. Ý nghĩa Lên Đường

6. Đoàn sinh Lên đường đảnh lễ Tam bảo

7. Dâng lời Phát nguyện

8. Lời công nhận của Huynh trưởng Đại diện cho tổ chức GĐPT. Việt Nam

9. Cài Gia đình hiệu

10. Đạo từ của Chư tôn đức Cố Vấn Giáo Hạnh chứng minh

11. Hồi hướng – Cử nhạc trầm hương đốt – Đọc luật cả gia đình.

12. Cung tiễn Chư tôn đức.

**Phần 02: Nghi thức tại sân cờ:**

1. Cử Gia đình ca

2. Cử Đoàn ca các Đoàn

3. Lời tạm biệt và nhắn nhũ tiễn các em Lên Đường của Huynh trưởng Đoàn.

4. Tặng quà lưu niệm.

5. Đoàn sinh Lên Đường chào Huynh trưởng và Đoàn của mình.

6. Trình diện Liên Đoàn Trưởng nhận hành trang lên đường

7. Huynh trưởng Đoàn Thanh tiếp nhận và phát biểu khuyến tấn.

8. Huấn từ của Bác Gia trưởng

9. Phát lệnh lên đường thực hiện một công tác xã hội, phật sự nào đó, một sinh hoạt trại mạc,

10. Cảm tạ - Hoàn mãn.

# H. LỄ HIỆP KỴ

*I. Mục đích – ý nghĩa của buổi lễ:*

- Hiệp kỵ của GĐPT Việt Nam là một sinh hoạt lễ nghi được nâng lên hàng truyền thống, bởi nó mang tinh thần đạo đức luân lý, đậm đà bản sắc văn hóa dân tộc, nhắc nhở nhau luôn luôn nhớ về nguồn cội, ăn trái nhớ kẽ trồng cây, uống nước nhớ nguồn và tinh thần tôn sư trọng đạo, hiếu với bậc trưởng thượng, thuận với các thế hệ kế thừa.

- Hiệp kỵ là thể hiện lòng tri ân báo ân theo tinh thần Kinh Đại Phương Tiện Phật đã giảng dạy. Và đồng thời tô bồi nền văn hóa luân lý đạo đức của xã hội.

- Nối kết tình nghĩa anh em, nhớ ơn người đã mất

- Tập cho Huynh trưởng và Đoàn sinh làm việc có công đức, gieo nhân lành với tam bảo.

## II. Thủ tục hàn h chánh:

- Các cấp trong hệ thống GĐPT Việt Nam đều được phép tổ chức Lễ Hiệp Kỵ, đây là phật sự mang tính truyền thống vì thế mà phải giữ nguyên ngày truyền thống mà cử hành pháp sự, tuyệt nhiên không nên thay đổi.

- Đơn vị tổ chức phải thiết kế phương án tổ chức theo hình thức nào, phù hợp với khả năng tài chánh, có 03 hình thức:

- Đại trai đàn chẩn tế kỳ siêu bạt độ
- Cúng dường hiệp kỵ, kỳ siêu 02 ngày
- Cúng dường hiệp kỳ trong nội nhật 01 ngày.

- Trình với Chư tôn đức Cố vấn, và trụ trì trú xứ xin trần thiết và cử hành pháp lễ, trình BHD cấp trên chuẩn thuận.

- Phát động tinh thần Hiệp kỵ đến từng Huynh trưởng – Đoàn sinh đồng tâm hướng về, phát tâm cúng dường.

- Cung thỉnh cung an chức sự Chư tôn đức chứng minh, chủ sám kinh sư đàn tràng cùng cung thỉnh Chư tôn đức Tăng, Ni Cố vấn chứng minh.

- Gửi thiệp mời đến BHD, các Đơn vị bạn, cựu Huynh trưởng, cựu Đoàn sinh, gia thân quyến thuộc của Chư Linh đồng hộ niệm.

- Thiết kế chương trình lễ phù hợp, phân công, phân nhiệm nghiêm túc, trần thiết trang nghiêm.

## III. *Chương trình buổi lễ*

1. Chương trình cúng dường Hiệp Kỵ 02 ngày: *(dưới đây là một chương trình minh họa)*

*Ngày 27 tháng Giêng năm Nhâm Thìn*

- 6h00 – 8h00 Trang nghiêm đạo tràng – Huynh trưởng – Đoàn sinh thuộc Đơn vị vân tập

- 8h00 – 8h30 Cung nghinh Chư tôn đức quang lâm đạo tràng

- 8h30 – 9h30 Cử hành Lễ Bạch Phật – Khai Kinh – Thỉnh Linh an vị

- 9h30 – 11h30 Trì Tụng Kinh Địa Tạng quyển thượng h – Cúng ngọ Phật h – Dâng số kỳ siêu

- 11h30 – 12h30 Thọ trai

- 12h30 – 14h00 Chỉ tịnh

- 14h00 – 16h00 Trì Tụng Kinh Địa Tạng quyển trung h – Dâng số kỳ siêu

- 16h00 – 18h00 Tiểu thực – Giải lao

- 18h00 – 19h30 Trì Tụng Kinh Địa Tạng quyển hạ h – Dâng số kỳ siêu

- 19h30 – 21h00 Khóa Lễ Thí Thực Mông Sơn

- 21h30 Đạo tràng thanh tịnh

### *Ngày 28 tháng Giêng năm Nhâm Thìn*

- 4h00 Thức chúng – Vệ sinh cá nhân

- 4h30 Trì tụng đại bi – Thập chú

- 6h00 Cúng trà

- 7h00 Các Phái Đoàn dâng lễ phẩm cúng dường

[118]

- 7h30 Cung nghinh Chư tôn đức quang lâm

- 8h30 Chính thức Cử hành lễ Hiệp kỵ *(có chương trình riêng)*

- 10h30 Cúng Phật – Hoàn mãn đạo tràng

- 11h00 Cúng dường trai tăng

- 11h30 Đạo tràng đồng thọ trai

*Và chương trình Lễ Hiệp Kỵ được cử hành:*

- Trang nghiêm đạo tràng

- Tác lễ thỉnh sư – Cung thỉnh Chư tôn đức đăng lâm Giảng đường.

- *Cử hành Lễ Hiệp Kỵ:*

1. Niêm hương bạch Phật – Đảnh lễ Tam bảo
2. Cử bài ca chính thức GĐPT. Việt Nam
3. Phút tưởng niệm
4. Tuyên trình lý do – Thông qua chương trình lễ
5. Giới thiệu Chư tôn đức chứng minh và quan khách tham dự
6. Dâng lục cúng dường
7. Lời cẩn bạch Hiệp Kỵ
8. Đạo từ
9. Chư tôn đức chứng minh niêm hương tưởng niệm và chú nguyện
10. Cảm tạ
11. Hồi hướng công đức.

**2. Chương trình cúng dường Hiệp Kỵ 01 ngày:** *(Nếu cúng 01 ngày thì ngày hôm trước phải cử hành nghi thức cáo Lễ Tiên Thường)*

- Huynh trưởng – Đoàn sinh vân tập
- Dâng lễ phẩm cúng dường
- Trang nghiêm đạo tràng

- Tác lễ thỉnh sư cung thỉnh Chư tôn đức quang lâm đàn tràng

**Phần 01: Phần Lễ Kỳ Siêu**

1. Thông qua chương trình buổi lễ
2. Giới thiệu Chư tôn đức chứng minh, quan khách tham dự
3. Niêm hương bạch Phật, đảnh lễ Tam bảo
4. Nghi thức dâng lục cúng dường
5. Khóa lễ kỳ siêu – Thỉnh linh an tọa

**Phần 02: Nghi thức tưởng niệm**

6. Cử bài ca chính thức GĐPT Việt Nam
7. Phút tưởng niệm
8. Lời cẩn bạch Hiệp kỵ
9. Đạo từ của Chư tôn đức chứng minh

**Phần 03: Nghi thức tiến linh**

10. Cử hành nghi thức tiến linh
11. Cảm tạ
12. Cung thỉnh Chư tôn đức Hồi quy phương trượng

**Phần 04: Nghi thức cúng dường trai tăng hay trai phạn tùy nghi địa phương và buổi chiều cúng thí thực mông sơn nguyện cầu siêu độ.**

# I. LỄ THỌ CẤP HUYNH TRƯỞNG

## I. Mục đích – Ý ng hĩa của buổi lễ

Phàm để thăng tiến tổ chức, truyền thừa sự nghiệp, tạo cơ hội cho Huynh trưởng gánh vác trách nhiệm, và hoàn thành sứ mạng trước tổ chức một cách danh chánh là điều không thể thiếu. Lễ thọ cấp mang đầy đủ tinh thần " truyền đăng tục diệm" đó.

Thông qua tinh thần Quy chế Huynh trưởng đã xác lập, việc thọ cấp chính là gánh vác trách nhiệm, phát lập Bồ để tâm nguyện, nhằm thăng tiến tự thân và góp phần thăng tiến tổ chức chúng ta.

Cấp là để thăng tiến Tổ chức, trao trách nhiệm chứ không phải là ân sủng. Cấp chỉ có giá trị khi Huynh trưởng còn gắn bó với tổ chức.

## II. Thủ tục hành chánh:

Huynh trưởng xếp cấp hoàn tất thủ tục, Hội Đồng Xếp Cấp Tỉnh/Thị và Trung ương nhóm họp duyệt xét, và chuyển về BHD ban hành quyết định xếp cấp.

Khi có quyết định, Văn phòng BHD kết hợp với Ủy viên Nội vụ tổ chức Lễ Thọ Cấp vào thời điểm thích hợp.

Cung thỉnh Chư tôn đức chứng minh, Trưởng BHD chủ tọa, Huynh trưởng đồng cấp và trên Cấp tham dự.

## III. Bài Kệ Thủ Lăng Nghiêm:

NAM MÔ LĂNG NGHIÊM HỘI THƯỢNG PHẬT BỒ TÁT *(03 lần)*

Diệu trạm Tổng trì bất động tôn,
Thủ Lăng Nghiêm Vương thế hy hữu,
Tiêu ngã ức kiếp điên đảo tưởng,
Bất lịch tăng kỳ hoạch Pháp thân,
Nguyện kim đắc quả thành Bảo Vương,
Hườn độ như thị hằng sa chúng,
Tương thử thâm tâm phụng trần sát,
Thị tắc danh vi báo Phật ân.
Phục thỉnh Thế Tôn vị chứng minh,
Ngũ trược ác thế thệ tiên nhập,
Như nhất chúng sanh vị thành Phật,
Chung bất ư thử thủ Nê Hoàn,
Đại hùng, đại lực, đại từ bi,

Hy cánh thẩm trừ vi tế hoặc,

Linh ngã tảo đăng Vô thượng giác,

Ư thập phương giới tọa đạo tràng.

Thuấn nhã đa tánh khả tiêu vong,

Thước ca ra tâm vô động chuyển.

Nam mô thường trụ Thập Phương Phật.

Nam mô thường trụ Thập Phương Pháp.

Nam mô thường trụ Thập Phương Tăng.

Nam mô Bổn Sư Thích Ca Mâu Ni Phật.

Nam mô Phật Đảnh Thủ Lăng Nghiêm.

Nam mô Quán Thế Âm Bồ Tát.

Nam mô Kim Cang Tạng Bồ Tát.

Nhĩ thời Thế tôn, tùng nhục kế trung, dõng bá bảo quang, quang trung dõng xuất, thiên diệp bảo liên, hữu hoá Như Lai, tọa bảo hoa trung, đảnh phóng thập đạo, bá bảo quang minh, nhứt nhứt quang minh, giai biến thị hiện, thập hằng hà sa, Kim Cang mật tích, kình sơn trì sử, biến hư không giới, đại chúng ngưỡng quan, úy ái kiêm bảo, cầu Phật ai hựu, nhất tâm thính Phật, vô kiến đảnh tướng, phóng quang Như Lai, tuyên thuyết thần chú:

Án, a na lệ, tỳ xá đề, bệ ra bạt xà ra đà rị, bàn đà bàn đà nể, bạt xà ra báng ni phấn. Hổ hồng, đô lô ung phấn, ta bà ha *(03 lần)*

## IV. Quy định bổn phận – Chức năng – Nhiệm vụ của người HTr các cấp:

### 1. Cấp Dũng:

BỔN PHẬN – NHIỆM VỤ NGƯỜI HUYNH TRƯỞNG CẤP DŨNG GIA ĐÌNH PHẬT TỬ VIỆT NAM

Huynh trưởng Cấp Dũng, cấp cao nhất của tổ chức GĐPT Việt Nam được tấn phong bằng một lộ trình đặc biệt mà các Đại hội Huynh trưởng toàn quốc từ năm 1967 đến năm 1973 đã biểu quyết thông qua.

Sau đây là Chiếu:

NỘI QUY – QUY CHẾ GIA ĐÌNH PHẬT TỬ VIỆT NAM

CHƯƠNG THỨ HAI, MỤC IX – ĐIỀU 23, 24.

Quy định về BỔN PHẬN – NHIỆM VỤ – QUYỀN HẠN Cấp DŨNG như sau:

Điều 23: BỔN PHẬN – NHIỆM VỤ

- Làm Trưởng Ban Hướng Dẫn Trung Ương
- Làm Trại trưởng Trại huấn luyện Vạn Hạnh
- Có trách nhiệm về sự thịnh suy của GĐPT Việt Nam

Điều 23: QUYỀN HẠN

- Có tất cả quyền hạn của Huynh trưởng cấp Tấn.
- Đại diện GĐPTVN trong các Hội nghị Quốc Tế.

Quý anh chị Huynh trưởng tân cấp DŨNG hãy nghiêm cẩn tự phát lồ đại nguyện thọ nhận làm tròn: Bổn phận – trách nhiệm người Huynh trưởng hàng cấp Dũng Gia Đình Phật Tử Việt Nam.

*2. Cấp Tấn:*

BỔN PHẬN – NHIỆM VỤ NGƯỜI HUYNH TRƯỞNG CẤP TẤN GIA ĐÌNH PHẬT TỬ VIỆT NAM

Trong một đoàn thể, cán bộ lãnh đạo, điều khiển đóng một vai trò vô cùng quan trọng liên quan đến sự thịnh suy của tổ chức.

Trong chương mở đầu của Quy Chế Huynh trưởng đã khai mở tinh thần tiến tu của người Huynh trưởng, nhằm vào 3 yếu tố thiết yếu:

1- Huynh trưởng cần có khả năng và đạo đức
2- Có kỷ luật và chịu huấn luyện

3- Có bổn phận và trách nhiệm.

Nếu một Huynh trưởng đã hoàn thiện được 3 yếu tố nói trên, là đã thể hiện đầy đủ trách nhiệm việc gánh vác Gia Đình Phật Tử một cách có ý nghĩa và hiệu năng.

Vậy trách nhiệm là gì? Trách nhiệm là phần việc giao cho mỗi người, mỗi cấp mỗi chức vụ. Người nhỏ, cấp nhỏ, trách nhiệm nhỏ. Người lớn, cấp lớn thì trách nhiệm lớn. Cấp càng cao thì trách nhiệm càng nặng. Nhưng nếu chúng ta chưa có trách nhiệm với chính mình thì chắc chắn không ai dám giao cho mình một trách nhiệm nào khác.

Cho nên tinh thần trách nhiệm của người Huynh trưởng là tinh thần tự giác và tự nguyện; Tự giác là sự tiến bộ, tự nguyện là tự chọn cho mình một kỷ luật, một pháp môn tu để tự độ và phục vụ cho GĐPT để độ tha.

Riêng về bổn phận và nhiệm vụ của người Huynh trưởng cấp TẤN là hàng Huynh trưởng cao cấp, sau cấp Dũng. Đạt đến hàng Huynh trưởng cấp nầy, người Huynh trưởng cần vượt qua những giai đoạn, những hoá thành:

1- Sự chịu đựng lúc ban sơ nhưng vô cùng quan trọng. Mở đầu cho cuộc đời người Huynh trưởng (tu học bậc Kiên và trại huấn luyện Sơ cấp Lộc Uyển).

2- Giai đoạn nối tiếp hành trì, kham nhẫn để giữ vững cương lĩnh một Đoàn trưởng thực thụ, trực tiếp hướng dẫn đàn em (tu học bậc Trì và trại huấn luyện cấp I A Dục).

3- Giai đoạn trưởng thành trầm tĩnh… có thể là người lãnh đạo hơn là một Huynh trưởng trực tiếp hướng dẫn đàn em như một Đoàn trưởng, có trách nhiệm gánh vác một Liên Đoàn (tu học bậc Định và trại huấn luyện cấp II Huyền Trang).

4- Giai đoạn tu tập Bồ tát hạnh, tự tại, bất thối chuyển – sức mạnh nội tâm của Huynh trưởng GĐPTVN… Thực hiện sứ mệnh, lý tưởng GĐPT... (Tu học bậc Lực và trại huấn luyện cấp III Vạn Hạnh) mà Quy Chế Huynh trưởng đã quy định cho hàng Huynh trưởng cấp Tấn với bổn phận, nhiệm vụ và quyền lợi tinh thần như sau:

Sau đây là Chiếu:

NỘI QUY – QUY CHẾ GIA ĐÌNH PHẬT TỬ VIỆT NAM

CHƯƠNG THỨ HAI, MỤC VIII – ĐIỀU 21, 22.

Quy định về BỔN PHẬN – NHIỆM VỤ – QUYỀN HẠN Cấp TẤN như sau:

Điều 21: BỔN PHẬN – NHIỆM VỤ

- Làm Trưởng Ban Hướng Dẫn GĐPT Tỉnh.
- Làm Trại trưởng Trại huấn luyện Huyền Trang
- Làm Huấn luyện viên Trại huấn luyện Vạn Hạnh.
- Có trách nhiệm về sự thịnh suy của GĐPT Tỉnh.

Điều 22: QUYỀN HẠN

- Có tất cả quyền hạn của Huynh trưởng cấp Tín.
- Có quyền biểu quyết trong các cuộc họp do BHDTƯ triệu tập.
- Có quyền ứng cử vào Ban Hướng Dẫn Trung Ương (ngoại trừ chức vụ Trưởng BHD. Trung Ương).
- Được tuyển chọn tham gia các phái đoàn, đại diện GĐPTVN trong các cuộc Hội nghị Quốc Tế.

Tất cả các anh chị Huynh trưởng tân cấp TẤN hãy nghiêm cẩn tự phát lồ đại nguyện thọ nhận làm tròn: Bổn phận – trách nhiệm người Huynh trưởng hàng cấp Tấn Gia Đình Phật Tử Việt Nam.

## 3. Cấp Tín:

BỔN PHẬN – NHIỆM VỤ NGƯỜI HUYNH TRƯỞNG CẤP TÍN GIA ĐÌNH PHẬT TỬ VIỆT NAM

GĐPT.VN xây dựng trên nền tảng cơ bản là Gia Đình. Quốc gia, thịnh hay suy, xã hội có giàu mạnh hay không, thì căn bản vẫn từ Gia Đình.

Gia Đình là chiếc nôi nuôi dưỡng, uốn nắn, giáo dưỡng từng nhân tố cho Tổ chức, cho Quốc gia, Xã hội… nhân tố ấy là tài sản quý báu của Quốc gia.

Để có chiếc nôi êm ấm, dùng giáo dưỡng, uốn nắn thì không thể thiếu các tố chất sau đây:

- Truyền thống đạo đức tổ tông.
- Duy trì di sản giống nòi.
- Một lòng đoàn kết thương yêu.
- Siêng năng vun bồi phát triển cội nguồn.
- Dấn thân phục vụ nhân quần xã hội.

Muốn có truyền thống đạo đức tổ tông phải ngày đêm tu trì.

Muốn duy trì di sản giống nòi phải dày công tu tập.

Muốn có một lòng đoàn kết thương yêu thì phải phát tâm Đạo rộng lớn.

Muốn siêng năng vun bồi phát triển cội nguồn thì phải xả thân phục vụ báo ân.

Để gánh vác và chu toàn mọi việc như trên đã giao phó cho Anh Chị Huynh trưởng các cấp – trách nhiệm thịnh suy một Đơn vị được gọi là Gia Đình.

- Huynh trưởng phải có khả năng lãnh đạo – chỉ huy.
- Đạo đức tròn trọng.
- Có tinh thần nêu cao trách nhiệm và bổn phận.
- Tận tụy học tập và phục vụ Tổ chức.

QUY CHẾ HUYNH TRƯỞNG GIA ĐÌNH PHẬT TỬ VIỆT NAM, CHƯƠNG THỨ HAI, MỤC VII – ĐIỀU 19, 20.

Quy định về BỔN PHẬN – NHIỆM VỤ – QUYỀN HẠN Cấp

TÍN như sau:

Điều 19: BỔN PHẬN – NHIỆM VỤ

- Làm Liên Đoàn Trưởng
- Làm Trại Trưởng Trại Huấn Luyện Lộc Uyển
- Làm Huấn Luyện Viên Trại HL A Dục
- Có trách nhiệm về sự thịnh suy của một Gia Đình

Điều 20: QUYỀN HẠN

- Có tất cả quyền hạn của Huynh trưởng cấp Tập
- Được đại diện GĐPT cấp Tỉnh để biểu quyết trong các cuộc họp do BHD. TƯ triệu tập.
- Có quyền biểu quyết trong các phiên họp, Đại hội Huynh trưởng Cấp Tỉnh
- Ứng cử vào Ban viên BHD Tỉnh (trừ chức vụ Trưởng BHD Tỉnh/Thị)
- Nếu đủ điều kiện được ưu tiên tuyển dụng vào các cơ quan sinh tài của Giáo hội.

Tất cả các anh chị Huynh trưởng tân cấp TÍN hãy nghiêm cẩn tự phát lồ đại nguyện thọ nhận làm tròn: Bổn phận – trách nhiệm người Huynh trưởng hàng cấp Tín Gia Đình Phật Tử Việt Nam.

### 4. Cấp Tập:

BỔN PHẬN – NHIỆM VỤ NGƯỜI HUYNH TRƯỞNG CẤP TẬP GIA ĐÌNH PHẬT TỬ VIỆT NAM

Sự thăng tiến tự thân của mỗi Huynh trưởng là góp phần thăng tiến tổ chức. vì thế mà trong chương mở đầu của Quy Chế Huynh trưởng đã xác lập tinh thần thăng tiến Huynh trưởng nhắm vào ba yếu tố thiết yếu:

- Huynh trưởng cần có khả năng và đạo đức.
- Tuân kỷ luật và chịu huấn luyện.
- Có bổn phận và trách nhiệm.

Đây là nền tảng căn bản để tài bồi phẩm hạnh, dày thêm hạnh nguyện, tinh tấn trung kiên, gánh vác trách nhiệm bằng tinh thần phát lập tâm nguyện, kế thừa sự nghiệp nhà Lam.

Người Huynh trưởng Cấp Tập đã trải qua hai hóa thành đó là: tu học bậc Kiên, trại huấn luyện sơ cấp Lộc Uyển - tu học bậc Trì và trại huấn luyện cấp I A Dục. tất cả là nền tảng ban đầu và là trách nhiệm gánh vác Phật sự trao truyền cho đàn em với vai trò Đoàn Trưởng thực thụ. Và đây chính là khởi điểm của tinh thần tu Bồ Tát đạo, hành Bồ Tát hạnh, dấn thân trên lộ trình thực hiện lý tưởng, sứ mệnh GĐPT Việt Nam.

Với tinh thần này, người Huynh trưởng cấp Tập phải luôn tâm niệm về Bổn phận và Nhiệm vụ của mình, có thế mới đủ làm tròn sứ mệnh.

Chiếu:

QUY CHẾ HUYNH TRƯỞNG GĐPT.VN, CHƯƠNG THỨ HAI

MỤC VI – Điều 17, 18

Quy định về BỔN PHẬN – NHIỆM VỤ – QUYỀN HẠN Cấp TẬP như sau:

Điều 17: NHIỆM VỤ - BỔN PHẬN

- Tham gia vào Ban Huynh Trưởng của một GĐPT.

- Làm Đoàn Trưởng (có thể là Liên Đoàn Trưởng đặc cách).

- Làm trại trưởng trại huấn luyện Đội, Chúng Trưởng (Anoma: Đội trưởng và phó; Ni Liên: Chúng trưởng và phó) cho thiếu niên và thiếu nữ.

- Làm huấn luyện viên Lộc Uyển. Ban viên Ban quản trại Lộc Uyển và A Dục.

- Có trách nhiệm về sự thịnh suy của một đoàn và liên đới trách nhiệm với Ban Huynh trưởng về sự thịnh suy của một GĐPT.

Điều 18: QUYỀN HẠN VÀ QUYỀN LỢI

- Có quyền biểu quyết công việc trong một GĐPT.

- Được đại diện gia đình để biểu quyết trong các cuộc họp do BHD Tỉnh triệu tập.

- Được mời làm phụ tá ban viên BHD Tỉnh, thị xã.

- Có quyền giới thiệu người vào gia đình để làm Huynh trưởng tập sự.

- Nếu có khả năng và điều kiện được ưu tiên tuyển dụng vào các cơ quan sinh tài của Giáo hội.

## V. Nội dung lời Phát nguyện

### 1. Cấp Dũng

Tự dâng lời phát nguyện theo tâm niệm của mình.

Xin giới thiệu lời phát nguyện mẫu như sau:

LỜI PHÁT NGUYỆN HUYNH TRƯỞNG THỌ CẤP DŨNG

NAM MÔ BỔN SƯ THÍCH CA MÂU NI
TÁC ĐẠI CHỨNG MINH

*Hôm nay là ngày mùng... tháng... năm... Nhằm... ngày... tháng... năm...*

*Trước Đại Hùng Bảo Điện...*

*- Được sự chứng minh của... cùng Chư tôn thiền đức thuộc Bổn tự.*

*- Được sự chứng nhận của..., Hội đồng Huynh trưởng cấp Dũng chứng tri.*

*Con tên là:...*

*Pháp danh:...*

*Sinh năm:...*

*Trân trọng phát lời thệ nguyện:*

*1- Điều Phát nguyện thứ nhất:*

*Nguyện tinh tấn hành trì tu học Bồ tát hạnh, hy hiến trọn đời cho sự sống còn của tổ chức GĐPT Việt Nam và Đạo pháp.*

*2- Điều phát nguyện thứ hai:*

*Nguyện chịu trách nhiệm sự thịnh suy của tổ chức GĐPT Việt Nam.*

*3- Điều phát nguyện thứ 03:*

*Nguyện liên đới chịu trách nhiệm sự hưng vong của Đạo Pháp và Dân tộc.*

## 2. Cấp Tấn

### LỜI PHÁT NGUYỆN HUYNH TRƯỞNG THỌ CẤP TẤN

### NAM MÔ BỔN SƯ THÍCH CA MÂU NI
### TÁC ĐẠI CHỨNG MINH

*Hôm nay là ngày mùng... tháng... năm... Nhằm... ngày... tháng... năm...*

*Trước Đại Hùng Bảo Điện...*

*- Được sự chứng minh của... cùng Chư tôn thiền đức thuộc Bổn tự.*

*- Được sự chứng nhận của..., Hội đồng Huynh trưởng cấp Dũng, cùng quý anh chị trong BHDTƯ – chứng tri.*

*Con tên là:...*

*Pháp danh:...*

*Sinh năm:...*

*Sinh năm:...*

*Trân trọng phát lời thệ nguyện:*

**1- Đối với ĐẠO PHÁP:**

*Nguyện suốt đời dấn thân hy sinh, làm tròn Phật sự phụng sự lý tưởng màu Lam, xả thân bảo vệ sự trường tồn của Tam Bảo.*

### 2- Đối với TỔ CHỨC GĐPT:

*Nguyện suốt đời tận tụy với sứ mệnh cao cả của Tổ chức trao cho, quyết chí không sờn trước mọi khó khăn trở lực, chung vai gánh vác trách nhiệm phục vụ xây dựng tổ chức.*

### 3- Đối với BẢN THÂN:

*Nguyện suốt đời dốc lòng tu tập, rèn luyện tự thân, làm tròn bổn phận nhiệm vụ trên giao phó, luôn nêu gương tốt cho đàn em, góp phần làm rạng danh Tổ chức, phụng sự xã hội theo tinh thần Phật giáo.*

### 3. Cấp Tín

## LỜI PHÁT NGUYỆN

## NAM MÔ BỔN SƯ THÍCH CA MÂU NI
## TÁC ĐẠI CHỨNG MINH

*Hôm nay là ngày mùng... tháng... năm... Nhằm... ngày... tháng... năm...*

*Trước Đại Hùng Bảo Điện...*

*- Được sự chứng minh của... cùng Chư tôn thiền đức thuộc Bổn tự.*

*- Được sự chứng nhận của..., Hội đồng Huynh trưởng cấp Dũng – Cùng quý Anh Chị trong BHD... chứng tri.*

*Con tên là:...*

*Pháp danh:...*

*Sinh năm:...*

*Trân trọng phát lời thệ nguyện:*

### 1- ĐỐI VỚI ĐẠO PHÁP:

*Nguyện suốt đời dấn thân hy sinh, làm tròn Phật sự, Phụng sự lý tưởng màu Lam, xả thân bảo vệ sự trường tồn của Tam Bảo.*

## 2- ĐỐI VỚI TỔ CHỨC GĐPT.VN:

*Nguyện suốt đời tận tụy với sứ mệnh cao cả của Tổ chức giao phó, quyết chí không sờn trước mọi khó khăn trở lực, chung vai gánh vác trách nhiệm phục vụ xây dựng tổ chức.*

## 3- ĐỐI VỚI BẢN THÂN:

*Nguyện suốt đời dốc lòng tu tập, rèn luyện tự thân, làm tròn bổn phận và nhiệm vụ cuả người Huynh trưởng Cấp TÍN trong Nội Quy – Quy Chế đã quy định.*

### 4. Cấp Tập

LỜI PHÁT NGUYỆN

NAM MÔ BỔN SƯ THÍCH CA MÂU NI PHẬT
TÁC ĐẠI CHỨNG MINH

*Hôm nay là ngày mùng... tháng... năm... Nhằm... ngày... tháng... năm...*

*Trước Đại Hùng Bảo Điệnchùa...*

*- Được sự chứng minh của Chư tôn thiền đức trong Hội Đồng Cố vấn Giáo Hạnh.*

*- Được sự chứng nhận của Anh Trưởng Ban Hướng Dẫn GĐPT... – Cùng quý Anh Chị trong BHD.*

*Con tên là:...*

*Pháp danh:...*

*Sinh năm:...*

*Trân trọng phát lời thệ nguyện:*

**1- Điều phát nguyện thứ nhất:**

*Nguyện tinh tấn tu học theo giáo lý Phật Đà.*

**2- Điều phát nguyện thứ hai:**

*Nguyện sống đúng theo tinh thần Nội Quy - Quy Chế Huynh trưởng GĐPT Việt Nam và hoàn thành trách nhiệm, bổn phận mà tổ chức giao phó.*

**3- Điều phát nguyện thứ ba:**

*Nguyện thực hiện 10 điều tâm niệm của Huynh trưởng trong tổ chức GĐPT Việt Nam.*

## VI. Chương trình buổi lễ

### PHẦN NGHI LỄ:

1. Huynh trưởng tân thăng tề tựu
2. Huynh trưởng các cấp chứng tri
3. Trưởng Ban và Ban viên BHD . . . . . . đến
4. Cung nghinh Chư Tôn Hội Đồng Cố Vấn chứng minh
5. Niêm hương bạch Phật
6. Đồng tụng Thủ Lăng Nghiêm

### PHẦN THỌ CẤP

1. Lễ chính thức GĐPT VN
2. Phút tưởng niệm
3. Đọc quyết định xếp cấp
4. Đọc Nội Quy – Quy Chế: quy định bổn phận và nhiệm vụ của Huynh trưởng các cấp
5. Đảnh lễ Tam Bảo
6. Lời phát nguyện của Huynh trưởng tân thăng
7. Trao cấp hiệu – quyết định
8. Lời thừa nhận và Huấn từ của Trưởng Ban BHD . . .
9. Đạo từ của Chư tôn đức chứng minh

### PHẦN HỒI HƯỚNG

[133]

1. Cử hành nghi thức kỳ an

2. Đọc Năm điều luật của GĐPT VN

3. Đồng tụng Tứ hoằng thệ nguyện

4. Tam Tự Quy

5. Hồi hướng

6. Cung tiễn Chư Tôn Thiền Đức hồi liêu, tiễn chân quý Anh Chị BHD . . .

## J. LỄ KHAI MẠC – LỄ BẾ MẠC TRẠI TRUYỀN THỐNG

**I. Chương trình Lễ Khai Mạc Trại Dũng:**

- Ban Quản trại cùng Huynh trưởng – Đoàn sinh ngành nam vân tập trước lễ đài

- Cung đón phái Đoàn BHD. Trung Ương – BHD... – Quan khách thân lâm chủ tọa và tham dự Lễ Khai Mạc – Rước kỳ hiệu đến kỳ đài.

- Cung nghinh Chư tôn đức Quang lâm Lễ Đài chứng minh.

- Trang nghiêm đạo tràng – Chính thức cử hành lễ:

1. Cung thỉnh Chư tôn đức chứng minh Niêm hương bạch Phật – Đảnh lễ Tam bảo.

2. Niệm Phật cầu gia bị

3. Nghi thức Thượng kỳ hiệu – Cử bài ca chính thức GĐPT. Việt Nam

4. Phút tưởng niệm

5. Tuyên bố lý do – Thông qua chương trình

6. Giới thiệu Chư tôn đức chứng minh và quan khách tham dự

7. Tuyên đọc quyết định thành lập Ban Quản Trại

8. Đại diện Thường Vụ BHD trao quyết định và còi lệnh.

9. Diễn văn khai mạc trại

10. Nghi thức rước đuốc Dũng truyền thống ( tùy nghi ), xin được gợi ý:

- Đoàn rước đuốc tiến vào Lễ đài
- Cung thỉnh Chư tôn đức chứng minh tiếp lửa từ bi – trí tuệ - dũng mãnh từ Tam bảo truyền cho đuốc Dũng.
- Đoàn rước đuốc mang lửa Dũng đến Đài Đuốc.
- Anh Trại Trưởng Tiếp Lửa truyền thống thắp sáng tinh thần Dũng.

11. Trại trưởng trao còi lệnh cho Đời sống trại
12. Đời sống trại nhận còi lệnh – Trình diện trại sinh.
13. Cử trại ca
14. Gắn phù hiệu lưu niệm
15. Khuyến từ của BHD. . . . .
16. Huấn từ của BHD. Trung Ương
17. Đạo từ của Chư tôn đức chứng minh
18. Tặng quà lưu niệm (nếu có)
19. Cảm tạ
20. Hồi hướng công đức.
21. Cung thỉnh Chư tôn đức và mời Quan khách thăm đất trại

HOÀN MÃN

**II. Chương trình Lễ Khai Mạc Trại Hiếu:**

- Ban Quản trại cùng Huynh trưởng – Đoàn sinh ngành đồng vân tập trước lễ đài

- Cung đón phái Đoàn BHD. Trung Ương – BHD... – Quan khách thân lâm chủ tọa và tham dự Lễ Khai Mạc – Rước kỳ hiệu đến kỳ đài.

- Cung nghinh Chư tôn đức Quang lâm Lễ Đài chứng minh.

- Trang nghiêm đạo tràng – Chính thức cử hành lễ:

1. Cung thỉnh Chư tôn đức chứng minh Niêm hương bạch Phật –

Đảnh lễ Tam bảo.

2. Niệm Phật cầu gia bị

3. Nghi thức Thượng kỳ hiệu – Cử bài ca chính thức GĐPT. Việt Nam

4. Phút tưởng niệm

5. Tuyên bố lý do – Thông qua chương trình

6. Giới thiệu Chư tôn đức chứng minh và quan khách tham dự

7. Tuyên đọc quyết định thành lập Ban Quản Trại

8. Đại diện Thường Vụ BHD trao quyết định và còi lệnh.

9. Diễn văn khai mạc trại

10. Nghi thức cài hoa hiếu hạnh

11. Trại trưởng trao còi lệnh cho Đời sống trại

12. Đời sống trại nhận còi lệnh – Trình diện trại sinh.

13. Cử trại ca

14. Gắn phù hiệu lưu niệm

15. Trao thưởng cho Đoàn sinh hiếu hạnh

16. Khuyến từ của BHD...

17. Huấn từ của BHD. Trung Ương

18. Đạo từ của Chư tôn đức chứng minh

19. Tặng quà lưu niệm ( nếu có )

20. Cảm tạ

21. Hồi hướng công đức.

22. Cung thỉnh Chư tôn đức và mời Quan khách thăm đất trại

HOÀN MÃN

**III. Chương trình Lễ Khai Mạc Trại Hạnh:**

- Ban Quản trại cùng Huynh trưởng – Đoàn sinh ngành nữ vân tập trước lễ đài

- Cung đón phái Đoàn BHD. Trung Ương – BHD... – Quan khách thân lâm chủ tọa và tham dự Lễ Khai Mạc – Rước kỳ hiệu đến kỳ đài.

- Cung nghinh Chư tôn đức Quang lâm Lễ Đài chứng minh.

- Trang nghiêm đạo tràng – Chính thức cử hành lễ:

1. Cung thỉnh Chư tôn đức chứng minh Niêm hương bạch Phật – Đảnh lễ Tam bảo.

2. Niệm Phật cầu gia bị

3. Nghi thức Thượng kỳ hiệu – Cử bài ca chính thức GĐPT. Việt Nam

4. Phút tưởng niệm

5. Tuyên bố lý do – Thông qua chương trình

6. Giới thiệu Chư tôn đức chứng minh và quan khách tham dự

7. Tuyên đọc quyết định thành lập Ban Quản Trại

8. Đại diện Thường Vụ BHD trao quyết định và còi lệnh.

9. Diễn văn khai mạc trại

10. Trại trưởng trao còi lệnh cho Đời sống trại

11. Đời sống trại nhận còi lệnh – Trình diện trại sinh.

12. Cử trại ca

13. Gắn phù hiệu lưu niệm

14. Trao thưởng cho Huynh trưởng – Đoàn sinh Đức Hạnh

15. Khuyến từ của BHD. Gia Định

16. Huấn từ của BHD. Trung Ương

17. Đạo từ của Chư tôn đức chứng minh

18. Tặng quà lưu niệm ( nếu có )

19. Cảm tạ

20. Hồi hướng công đức.

21. Cung thỉnh Chư tôn đức và mời Quan khách thăm đất trại

HOÀN MÃN

**IV. Chương trình Lễ Bế Mạc Trại truyền thống:**

- Ban Quản trại cùng Huynh trưởng – Đoàn sinh ngành nam vân tập trước lễ đài

- Trang nghiêm đạo tràng – Chính thức cử hành lễ:

1. Niệm Phật cầu gia bị

2. Cử trại ca

3. Tuyên bố lý do – Thông qua chương trình

4. Giới thiệu Chư tôn đức chứng minh và quan khách tham dự

5. Báo cáo tổng kết trại

6. Khen thưởng – Trao quà lưu niệm.

7. Đời sống trại trao trả còi lệnh

8. Diễn văn Bế mạc Trại

9. Nghi thức hạ Kỳ hiệu – Cử bài ca sen trắng

10. Anh Trại Trưởng trao trả còi lệnh và kỳ hiệu về BHD tuyên bố hoàn mãn Phật sự.

11. Huấn từ BHD

12. Đạo từ chư tôn đức chứng minh

13. Cảm tạ

14. Hồi hướng công đức.

HOÀN MÃN

# K. LỄ KHAI MẠC – LỄ BẾ MẠC TRẠI HUẤN LUYỆN

**I. Chương trình Lễ Khai Mạc**

- Trang nghiêm đạo tràng

- BQT – Trại sinh tập trung vào vị trí hành lễ

- Đón Anh Trưởng BHD và Phái Đoàn BHD thân lâm

- Cung nghinh Chư tôn đức quang lâm chứng minh

- Cử hành chương trình chính thức:

1. Niệm Phật cầu gia bị

2. Cử bài ca chính thức GĐPT. Việt Nam

3. Phút tưởng niệm

4. Tuyên bố lý do – Thông qua chương trình

5. Giới thiệu Chư tôn đức chứng minh và quan khách tham dự

6. Đọc quyết định thành lập BQT Trại

7. Anh Trưởng BHD trao quyết định và còi lệnh cho Trại Trưởng

8. Diễn Văn Khai Mạc Trại

9. Trại Trưởng trao còi lệnh cho ĐST:

10. ĐST trình diện trại sinh

11. Cử Trại ca: theo thứ tự từ Trại lớn đến Trại nhỏ

12. Gắn phù hiệu lưu niệm

13. Huấn từ

14. Đạo từ

15. Cảm tạ - Hồi hướng

16. Cung tiễn Chư tôn đức hồi quy phương trượng – Tiễn chân quan khách

17. Cung thỉnh Chư tôn đức và mời Quan khách thăm đất trại

HOÀN MÃN

**II. Chương trình Lễ Bế Mạc**

1. Niệm Phật cầu gia bị

2. Cử Trại ca

3. Phút tưởng niệm

4. Tuyên bố lý do – Thông qua chương trình

5. Giới thiệu Quan khách tham dự

6. Báo cáo tổng kết trại

7. Đời sống trại trao trả còi lệnh về Trại trưởng

8. Lời phát biểu bế mạc Trại

9. Huấn từ của BHD

10. Nghi thức hạ kỳ hiệu – Cử bài ca chính thức GĐPT.VN

11. Anh Trại Trưởng trao trả Kỳ hiệu – Còi lệnh về BHD.

12. Cảm tạ - Hồi hướng – Dây thân ái.

# L. LỄ TRUYỀN ĐĂNG

### I. Mục đích – Ý nghĩa của buổi lễ

- Lễ phát nguyện truyền đăng là sinh hoạt kết hợp giữa nghi và lễ, được xếp vào hàng truyền thống của tổ chức GĐPT. Việt Nam. Đánh dấu một thời điểm quan trọng trong cuộc đời của Huynh trưởng.

- Đây là phương tiện để Huynh trưởng phát lập tâm nguyện bồ đề, nguyện dấn thân vào lộ trình lý tưởng phụng sự đạo pháp và dân tộc, thực hiện tròn thương mục đích GĐPT Việt Nam tùy theo từng trách nhiệm, bổn phận cho từng kỳ trại Huấn luyện từ Lộc Uyển, A Dục, Huyền Trang, Vạn Hạnh, và các kỳ trại chuyên năng trong hệ thống huấn luyện của tổ chức chúng ta từ đây mà ý thức phụng sự, tinh thần dấn thân được phát khởi.

- Việc phát nguyện truyền đăng phải xuất phát từ sự khát khao trong tâm tư, nguyện vọng của Huynh trưởng trại sinh.

- Việc phát nguyện mỗi Huynh trưởng trại sinh phải tự phát lập, ghi nhớ, không ai có quyền nhân danh gì phát nguyện thế cho anh chị em Trại sinh.

- Do vậy, nếu một Huynh trưởng nào dù thành tích học tập rất tốt nhưng không tham gia buổi lễ này thì không đủ điều kiện để công nhận trúng cách.

### II. Thủ tục Hành chánh:

- Buổi lễ diễn ra vào rạng sáng của ngày Bế Mạc Trại, sau thời công phu của Chư Tôn Đức Tăng, Ni.

- Buổi lễ cần có 02 thành phần: Tăng bảo chứng minh và BHD chủ tọa công nhận lời phát nguyện thì Phật sự này mới thành tựu như pháp.

- Ban Quản Trại lập phiếu trình chuyển đến BHD về việc thực hiện Phật sự này, trong phiếu trình cần ghi rõ:

- Thời gian – Địa điểm tổ chức
- Chương trình buổi lễ
- Kính mời BHD chủ tọa và công nhận lời Phát nguyện.Nhờ BHD cung thỉnh Chư Tăng chứng minh

- *Lưu ý:* cần cắt cử Huynh trưởng nói ý nghĩa truyền vô tận đăng, danh sách trại sinh để Chư tôn đức niêm hương bạch Phật, đèn truyền đăng, cử Huynh trưởng dẫn lễ, chuẩn bị lời phát nguyện để Anh Trại Trưởng hướng dẫn Trại sinh dâng lên Tam bảo chứng minh và tổ chức chứng tri.

## III. Ý nghĩa lễ truyền đăng:

*Ánh sáng trí giác của Đức Phật Thích Ca từ nơi Bồ đề đạo tràng đã phủ chiếu khắp cùng tam giới, trên thấu cõi trời hữu đảnh, dưới soi tới địa ngục A Tỳ. Nơi nào có khổ đau phiền não, nơi đó có Bồ đề, nơi nào chìm trong bóng tối vô minh, là nơi đó có mặt trời trí tuệ. Suốt 49 năm tại thế, bước chân của Ngài cùng tăng đoàn đã du hóa khắp sáu đại thành của Ấn Độ, không ngừng khơi sáng ngọn đèn tỉnh thức giữa đêm đen, mặc dù Ngài đã đi vào diệt độ hơn 25 thế kỷ mà tâm đại từ bi của Ngài vẫn lan tỏa đến hôm nay.*

*Nhân thế hơn 2500 năm sau khi Phật ra đời vẫn rong chơi trong căn nhà lửa, sức hủy diệt đã gần kề mà có hay biết gì đâu! Ba cõi vẫn chìm sâu trong luân hồi sanh tử, nhận dục lạc cuộc đời làm hạnh phúc, nuôi lớn tham vọng của riêng mình, gây bao phiền não cho nhau. Chư Bồ tát thấy thế nhân đang bị sa lầy trong ngũ dục, càng lúc càng nhóm to tập khí, sát nghiệp tham ái hận thù, biến thế gian thành nơi ác trược, sanh, lão, bệnh, tử luân hồi không biết lúc nào ra.*

*Kinh Duy Ma Cật phẩm Bồ tát, chương Trì Thế có nói:*

Thiên ma ba tuần nuôi một dã tâm rất lớn, muốn biến nhân gian thành ma cung đen tối, đầy dẫy thói tam độc ganh ghét, hận thù, bèn làm giả Vua Trời Đế Thích đem dâng cho Bồ tát Trì Thế 12.000 tiên nữ tài sắc vẹn toàn, toan quyến rũ đạo tâm thành si mê sa đọa, Trì Thế Bồ tát quyết không chấp nhận vì đã nguyện sống đời ly dục tịnh cư. Nhưng Cư sĩ Duy Ma Cật thấy rõ tà tâm của Thiên ma ba tuần mà đứng ra chịu nhận 12.000 ma nữ đó đem về dạy dỗ tu hành mặc cho miệng đời khen chê, thi phi, nhiễm tịnh, chánh tâm hay tà vạy. Cho đến khi các ma nữ kia biết mình lầm lỗi, hối ngộ hồi đầu phát tâm đại thừa, cần cầu giải thoát thì gương giới hạnh của Cư sĩ lại tròn sáng như xưa. Lúc này Thiên ma ba tuần xuất hiện để đòi lại các Ma nữ mà mình đã dâng cúng, và Cư sĩ Duy Ma Cật cũng muốn gởi trả các nàng về lại ma cung, nhưng các nàng đều nài nỉ xin được ở lại cùng Ông tiếp tục tu trì. Cư sĩ Duy Ma Cật nói rằng: Các ngươi hãy an tâm đừng sợ, ta có một pháp môn gọi là Vô tận đăng, ánh đèn vô tận. Các ngươi hãy đem ánh sáng này về nơi ma giới chuyền thắp cho nhau, người này chuyền thắp cho người kia, đời này chuyền thắp cho đời khác, đừng để dứt mất thì sẽ biến ma cung thành nơi tịnh lạc, niết bàn ngào ngạt đạo hương. Đó là báo đáp Phật ân, cũng là làm lợi cho tất cả chúng sanh vạn loại vậy.

Gia Đình Phật Tử chúng ta hôm nay, sau hơn 60 năm, nhiều thế hệ đàn anh, đàn chị đã không ngừng thắp sáng cho đàn em ánh sáng từ những ngọn vô tận đăng đó. Dù trong chiến tranh hay những cơn pháp nạn ánh sáng chánh pháp này vẫn được các bậc tiền nhân giữ gìn để cho GĐPT chúng ta có đến ngày hôm nay.

Đêm nay dưới sự chứng minh và soi sáng của ba ngôi Tam bảo, của Giác linh Chư Thánh Tử Đạo, lịch đại Ân Sư, của Chơn Linh chư Huynh trưởng đã tận hiến đời mình cho sự sống còn của GĐPT. Chúng con nguyện truyền cho nhau pháp môn ánh sáng vô tận đăng, với ý nghĩa mỗi người tự mình thắp sáng chân tâm một niềm tin kiên cố, một tín lực vững bền, noi gương quý Ngài nguyện nhiếp *thọ và hộ trì chánh pháp, tiếp bước Quý Anh Chị giữ gìn và phát triển Gia Đình Phật Tử Việt Nam.*

*Chúng con nguyện gìn giữ ánh sáng đạo tâm này, nguyện chung vai gánh vác sứ mệnh của người Huynh trưởng trại Huấn luyện . . . .Gia Đình Phật Tử Việt Nam, nguyện đi vào ngũ trược ác thế để đạo, đời dung thông vô ngại, biến cuộc đời thành tịnh lạc nhân gian.*

*Hư không có thể bị tiêu vong, sinh mệnh này rồi sẽ bị hư hoại, nhưng ngọn đèn tuệ giác cùng tâm nguyện này sẽ không gì thay đổi được. Ánh sáng này không có gì có thể hủy diệt được trong thế giới này, trên quê hương này, trong cuộc sống hoằng dương chánh pháp, tận lực hoàn thành nhiệm vụ của người Huynh trưởng GĐPT. Việt Nam.*

*Nam Mô Kim Cang Lao Cường Tinh Tấn Dõng Mãnh Phật.*

**IV. Nội dung Lời phát nguyện**

Tương ứng với mỗi trại Huấn luyện sẽ có những lời phát nguyện thống nhất như sau:

Hôm nay, ngày... tháng... năm... Phật lịch... tại Chánh điện Chùa... trước sự chứng minh của Ba ngôi Tam bảo, sự chứng tri của Anh Trưởng Ban Hướng Dẫn GĐPT.... thay mặt cho Tổ chức GĐPT. Việt Nam, cùng sự chứng kiến của Quý Anh Chị trong BHD, Ban Quản Trại.

Con tên là:... Pháp danh:...

Thành tâm kính dâng lời phát nguyện:

**1. Trại Lộc Uyển:**

- Nguyện tinh tấn tu học theo giáo lý Phật đà

- Nguyện sống đúng theo tinh thần Nội Quy, Quy Chế Huynh trưởng GĐPT.VN

- Nguyện hoàn thành sứ mạng của một Đoàn Phó.

## 2. Trại A Dục:

- Nguyện tinh tấn tu học theo giáo lý Phật đà

- Nguyện sống đúng theo tinh thần Nội Quy, Quy Chế Huynh trưởng GĐPT.VN

- Nguyện chịu trách nhiệm thịnh suy của Đoàn, góp phần xây dựng Gia đình vững mạnh.

## 3. Trại Huyền Trang:

- Nguyện tinh tấn tu học theo giáo lý Phật đà

- Nguyện sống đúng theo tinh thần Nội Quy, Quy Chế Huynh trưởng GĐPT.VN

- Nguyện trọn đời trung kiên với lý tưởng GĐPT.VN, phục vụ Tổ chức, Đạo pháp, Dân tộc và Quần sanh. Chịu trách nhiệm sự thịnh suy của một Đơn vị Gia Đình.

## 4. Trại Vạn Hạnh:

- Nguyện học tập có phương pháp, tu trì có pháp môn, thực hiện công tác có kế hoạch chương trình.

- Nguyện trọn đời trung kiên với lý tưởng, phát triển và bảo vệ tổ chức, đạo pháp, dân tộc.

- Nguyện chịu trách nhiệm sự thịnh suy của Tổ chức.

## 5. Trại Phú Lâu Na:

- Nguyện thông suốt quan điểm lập trường trên đường hướng GIÁO DỤC SINH HOẠT TU HỌC PHI CHÁNH TRỊ của tổ chức Gia Đình Phật Tử Việt Nam.

- Nguyện luôn luôn nghiên cứu trao dồi, cập nhật tri thức, hoàn thành sứ mạng được giao.

- Nguyện thi thiết báo đền ơn Phật. Trung kiên với lý tưởng hòa bình, phục vụ chúng sanh là báo đền ơn Phật.

## 6. Trại Xá Lợi Phất

- Nguyện thể hiện tinh thần: Tuân kỷ luật - Chịu huấn luyện - Thiết tha yêu nghề dạy trẻ, sắp xếp cuộc sống để thực hiện lý tưởng và sứ mạng.

- Nguyện làm việc có kế hoạch, thực hiện có chương trình, tất cả vì tương lai Đạo pháp - Dân tộc mà dấn thân.

- Nguyện gieo hạt Bồ đề, ươm mầm sự sống, nuôi dưỡng thánh thai Bồ tát từ đại chúng trại sinh để từ đây khởi chí xuất trần thượng sĩ để báo đền ơn Phật.

## 7. Trại Ca Diếp

- Nguyện tất cả vì sự thành bại của trại, rõ thấu uy lực của tiếng còi mà kham nhẫn dấn thân, hành động đúng lúc.

- Nguyện khắc ghi tinh thần Đời sống trại là kỹ sư tâm hồn nên sáng suốt tế nhị thân cận, luôn là một nữa còn lại của sự thành công, mà mỗi trại sinh chúng con nguyện ra sức thành toàn.

- Nguyện mở cửa tự tâm, sáng soi tự tánh, đưa đại chúng đắc nhập vô sanh thường tại.

## V. Chương trình của buổi lễ:

- Ban Quản trại – Trại sinh vân tập
- Đón tiếp phái Đoàn BHD chủ tọa thân lâm
- Cung nghinh Chư tôn đức
- Nhập từ bi quán

Cử hành Lễ chính thức:

1. Niêm hương bạch Phật
2. Khai kệ và trì tụng bài tựa Kinh Thủ Lăng Nghiêm

3. Cử bài ca chính thức GĐPT. VN

4. Phút tưởng niệm

5. Tuyên bố lý do

6. Giới thiệu Chư tôn đức chứng minh – Quan khách tham dự

7. Ý nghĩa phát nguyện truyền đăng

8. Huynh trưởng trại sinh đảnh lễ Tam bảo - Đọc lời phát nguyện

9. Lời chứng nhận của Chủ tọa

10. Nghi thức truyền đăng theo trình tự:

- *Chư Tăng chứng minh thắp đèn từ Tam Bảo*

- *Vị chứng minh truyền đăng cho Huynh trưởng chủ tọa*

- *Huynh trưởng chủ tọa truyền đăng cho Trại trưởng*

- *Trại trưởng truyền đăng cho Ban Quản Trại*

- *Thành viên Ban Quản Trại truyền đăng cho Trại sinh hàng đầu*

- *Huynh trưởng trại sinh truyền tiếp cho nhau.*

11. Đảnh lễ Tam bảo *(có đèn)*

12. Đạo từ

13. Đưa lửa vào tim

14. Cử hành nghi thức cầu an – Hồi hướng

15. Cử trầm hương đốt

16. Đọc luật

17. Cảm tạ - Cung tiễn chư tôn đức và quan khách.

# M. LỄ CUNG THỈNH CHƯ TÔN ĐỨC ĐĂNG LÂM PHÁP VỊ THÀNH VIÊN HỘI ĐỒNG CHỨNG MINH – CỐ VẤN GIÁO HẠNH

## I. Mục đích – Ý nghĩa của buổi lễ

- Với tiến trình phát triển tổ chức, chúng ta không quên tri ân Chư tôn thiền đức Tăng, Ni đã lân mẫn thương xót đàn con áo Lam mà bảo bọc che chở với tinh thần là Cố Vấn Giáo Hạnh – Cố

Vấn Giáo Lý các cấp, mà mỗi chặng đường chúng ta đi qua thì hình ảnh quý ngài đã sưởi ấm, tiếp sức cho chúng ta nên sự cung kính, bày tỏ tấm lòng qua nghi thức, pháp sự là điều không thể thiếu, để tu tạo phước lành.

- Trong hệ thống tổ chức chúng ta thì Chư tôn đức Cố Vấn là mối quan hệ ngành ngang, với ý nghĩa đỡ đầu về tinh thần cho các Cấp GĐPT sinh hoạt và tu học, là đấng chúng trung tôn để chúng ta quy ngưỡng.

- Thực tế hiện tại chúng ta trải qua quá nhiều chướng duyên khảo đảo trên bước đường phụng sự, nếu không có những vị ân sư Cố vấn lân mẫn, từ bi thì quả thật chúng ta thiếu đi một sức mạnh lớn để vượt qua. Nên đây là hai Hội Đồng mà chúng ta đón nhận nhiều tình thương, nhiều sự chia sẻ, đồng hành trong Phật sự và tinh thần cung kính cử hành nghi thức như pháp là điều phải kiến lập và thực hiện để gieo trồng thiện duyên.

## II. Thủ tục hành chánh

- Từ Cấp Trung Ương đến địa phương cần phải thực hiện việc cung thỉnh Hội Đồng Cố Vấn để làm nơi y cứ trong quá trình hành hoạt.

- Việc tác lễ cung thỉnh phải đúng pháp tại phương trượng của các Trú xứ mà Chư tôn đức đang tọa chủ.

- Sau khi được Quý Ngài hứa khả cho rồi, thì BHT hoặc BHD đệ trình Tôn hiệu quý ngài về BHD Cấp trên và Hội Đồng Cố Vấn cấp trên rõ biết để tiện việc cung thỉnh và liên lạc Phật sự.

- Các Phật sự này hoàn tất thì các cấp phải tổ chức lễ cung thỉnh trước toàn thể Lam viên để cung thỉnh Quý Ngài chính thức đăng lâm pháp vị Cố Vấn Giáo Hạnh.

## III. Chương trình của buổi lễ

Phần Lễ Cung thỉnh này được kiến tạo gồm có 02 phần:

**Phần 01:** Tác lễ cung thỉnh tại Tổ đường của các trú xứ để cung thỉnh Quý Ngài hoan hỷ hứa khả đăng lâm pháp vị Cố Vấn Giáo Hạnh các cấp của GĐPT. Việt Nam.

**Phần 02:** Nghi thức Cung thỉnh và Giới thiệu Ân Sư Cố Vấn Giáo Hạnh đến toàn thể Chư tôn đức, Quý Ban Hướng Dẫn, Huynh trưởng, Đoàn sinh các cấp, Quý Phật tử tại Đạo tràng tu học, Ban Bảo Trợ. ( Phần 02 này tùy nghi từng địa phương và khâm tuân theo sự chỉ dạy của Quý Ngài để tiến hành hay không thực thi )

Và 02 phần này được thiết kế cụ thể như sau:

*Phần 01* có những vấn đề cần thực hiện như sau:

- Chuẩn bị hương đăng, hoa quả tại Chánh điện và Tổ đường trang nghiêm.

- Thiết 01 bàn chứng minh phía trước Tổ đường để cung thỉnh Chư tôn đức an tọa và trên bàn có 01 khay lễ thỉnh sư với đầy đủ: đỉnh trầm, 02 đèn, 01 bình hoa tươi để trang nghiêm để như pháp tác lễ cung thỉnh.

- Thành phần tham dự: Ban Hướng Dẫn, Đại diện Hội Đồng Cấp, Đại diện Các Đơn vị Gia Đình ( Phần này tùy từng địa phương sắp xếp cho thuận duyên ).

- Tiến trình cử hành lễ như sau:

- Huynh trưởng vân tập phía trước Tổ đường
- Đại diện BHD hoặc Gia Đình bưng khay lễ và kiền chùy ( khánh ) đến tại Phương trượng cung thỉnh Chư tôn đức Quang lâm Tổ đường.
- Cung thỉnh Chư tôn đức niêm hương bạch Phật – Bạch Tổ chứng minh và đảnh lễ cúng dường Tam bái.
- Cung thỉnh Chư tôn đức an tọa chứng minh.
- Đại diện BHD ( hoặc Đơn vị Gia Đình ) dâng lời tác bạch cung thỉnh Chư tôn đức từ bi hoan hỷ đăng lâm pháp vị Cố

Vấn Giáo Hạnh.

- Chư tôn đức chứng minh từ bi hứa khả ban lời huấn thị.

- Đại diện BHD ( Đơn vị Gia đình ) thành kính tri ân, dâng lời cảm tạ, đồng tuyên xướng Y Giáo Phụng hành ( 03 lần ), chí thành dâng 03 lễ cúng dường Ân Sư Cố Vấn Giáo Hạnh.

- Tuyên tụng Tứ hoằng thệ nguyện và Hồi hướng công đức hoàn mãn buổi lễ.

**Phần 02:** Phần tác lễ cung thỉnh và giới thiệu Ân Sư Cố Vấn Giáo Hạnh đến Chư tôn đức, BHD, Các Đơn vị GĐ, Bảo trợ, Đạo tràng cùng Huynh trưởng Đoàn sinh các cấp (phần này tùy nghi nếu thuận duyên và nhận được sự đồng thuận của Chư tôn đức)

- Trang nghiêm đạo tràng – Phật điện nơi cử hành lễ chính thức

- Huynh trưởng – Đoàn sinh vân tập

- Đại diện BHD tác bạch thỉnh sư cung thỉnh Chư tôn đức quang lâm

- Chương trình lễ chính thức:

1. Cử 3 hồi chuông trống bát nhã
2. Cung thỉnh Chư tôn đức niêm hương bạch Phật
3. Tuyên xướng hồng danh – Đảnh lễ Tam bảo
4. Tuyên bố lý do – Thông qua chương trình
5. Cử bài ca chính thức GĐPT Việt Nam
6. Phút tưởng niệm
7. Giới thiệu thành phần tham dự
8. Đại diện BHD (Đơn vị) dâng lời cung bạch cung thỉnh Cố Vấn Giáo Hạnh
9. Lời hứa khả của Chư tôn đức Cố Vấn Giáo Hạnh được cung thỉnh.
10. Dâng hoa cúng dường
11. Dâng lễ phẩm cúng dường ( nếu có )
12. Chúc từ của BHD Cấp trên

13. Đạo từ của Giáo Phẩm chứng minh

14. Nghi thức cầu nguyện – Hồi hướng – Tam tự quy y

15. Cảm tạ – Hồi hướng - Cung tiến Chư tôn đức hồi quy phương trượng.

# N. LỄ CÚNG DƯỜNG KHÁNH ĐẢN ĐỨC THÍCH TÔN:

## I. Mục đích – Ý nghĩa của buổi lễ:

- Kỷ niệm ngày Khánh Đản Đức Từ Phụ hằng năm, toàn thể Phật giáo đồ trên khắp năm châu đều cung kính hướng về Lâm Tỳ Ni Viên chí thành đảnh lễ cúng dường tỏ bày lòng tôn kính tri ân Đấng Đại Đạo Sư.

- Mùa Phật Đản còn chính là mùa xuân của đạo pháp khi từ đây mà Phật lịch được tính thêm 01 năm, tuổi đạo ngày một tăng trưởng.

- Hòa trong niềm hân hoan đó, áo lam GĐPT Việt Nam đều long trọng cử hành pháp lễ cúng dường, góp phần trang nghiêm sự kiện trọng đại trong lịch sử nhân loại được ôn lại hằng năm bằng tất cả sự ngưỡng vọng, tôn quý với vị Thầy của Trời và Người.

## II. Thủ tục hành chánh:

- Các Cấp GĐPT Việt Nam ban hành thông tư Phật Đản để điều hòa Phật sự, nhấn mạnh tinh thần cúng dường để "báo Phật ân đức" và mỗi Đơn vị đều nỗ lực thực hiện việc thiết trí lễ đài, tác lễ cúng dường tuần lễ Phật đản, văn nghệ chúc tụng đản sanh, tại tư gia Huynh trưởng – Đoàn sinh đều thực hiện cờ, hoa, thiết hương án cúng dường, phát tâm ăn chay tuần lễ Phật đản.

- Chuẩn bị nội dung, chương trình cúng dường khánh đản, văn nghệ,... một cách chặt chẽ và thời gian triển khai, chuẩn bị phải dài, tất cả các nội dung này được thiết kế theo hình thức đề án tổ chức để lưu văn khố và rút kinh nghiệm cho những lần sau. Tất cả đều phải kính trình Chư tôn đức Trụ trì, Cố Vấn Giáo hạnh tri tường, chuẩn y, kính báo BHD cấp trên rõ biết Phật sự.

- BHD Cấp Tỉnh / Thị thành lập các phái Đoàn thăm viếng, ủy lạo tinh thần, chúc mừng Phật đản tại Lễ đài của các Đơn vị trực thuộc.

- Phân công nhiệm vụ Ban Tổ Chức một cách đầy đủ, kiểm tra đôn đốc các phần hành thông qua các phiên họp Ban Tổ Chức để phật sự được hanh thông, thành tựu như nguyện.

- Thiết kế thiệp thỉnh và thiệp mời trân trọng kính cung thỉnh Chư tôn đức chứng minh và kính mời quan khách tham dự buổi lễ.

### III. Chương trình buổi lễ:

Đây là chương trình buổi lễ cúng dường Phật đản do chính các Đơn vị GĐPT thực hiện tại các Lễ đài, tất cả được cử hành với các nội dung như sau:

- Trang nghiêm đạo tràng

- Huynh trưởng – Đoàn sinh – Đạo tràng – Phụ huynh vân tập trước Lễ Đài

- Tác lễ thỉnh sư – Cung thỉnh Chư tôn đức quang lâm

- Cử hành Lễ chính thức:

1. Thông qua chương trình Lễ
2. Niệm Phật cầu gia bị
3. Cử bài ca chính thức GĐPT. Việt Nam
4. Phút tưởng niệm
5. Tuyên bố lý do buổi lễ
6. Giới thiệu Chư tôn đức chứng minh – Quan khách tham dự
7. Cử 03 hồi chuông trống bát nhã rước Lễ Đản sanh

8. Phút nhập từ bi quán

9. Dâng hoa cúng dường

10. Cảm niệm Phật đản (Ban Tổ chức)

11. Đạo từ của Chư tôn đức chứng minh

12. Nghi thức cúng dường khánh đản

13. Hồi hướng công đức

14. Lời cảm tạ của Ban Tổ Chức

15. Thả chim bồ câu và bong bóng nguyện cầu hòa bình

16. Cung thỉnh Chư tôn đức hồi quy phương trượng - Văn Nghệ cúng dường

# O. LỄ VU LAN – BÁO TỨ TRỌNG ÂN:

## I. Mục đích – Ý nghĩa của buổi lễ:

- Vu Lan là thời khắc thiêng liêng mang đầy đủ ý nghĩa cao quý trong đời sống tu tập của người con Phật, ngày này Chư Phật hoan hỷ, Chư Tăng thanh tịnh viên mãn 03 tháng an cư và thọ thêm một tuổi đạo, ngày xá tội vong nhân, toàn thể Phật giáo đồ vâng lời Phật dạy, noi gương hiếu hạnh của Tôn giả Mục Kiền Liên thành tâm tác lễ báo ân.

- Lễ Vu Lan đã gắn liền với truyền thống của dân tộc, một nét đẹp trong tinh thần đạo lý "uống nước nhớ nguồn", và đây chính là cơ duyên để mỗi người con Phật hành hương trở về với cội nguồn tâm linh của mình.

- Với GĐPT Việt Nam, Lễ Vu Lan đã trở thành lễ hội thiêng liêng với nét đẹp cao quý của tinh thần Báo Tứ Trọng Ân, nguyện tri ân báo trong muôn một, và lam viên ý thức đầy đủ giá trị của lòng hiếu đạo nên lễ nghi như pháp cử hành.

## II. Thủ tục hành chánh

- Các Cấp GĐPT Việt Nam ban hành thông tư Đại Lễ Vu Lan để

điều hòa Phật sự, nhấn mạnh tinh thần cúng dường để "báo tứ trọng ân" và mỗi Đơn vị đều nỗ lực thực hiện phật sự quan yếu này.

- Chuẩn bị nội dung, chương trình buổi lễ, văn nghệ, . . . một cách chặt chẽ và thời gian triển khai, chuẩn bị phải dài, tất cả các nội dung này được thiết kế theo hình thức đề án tổ chức để lưu văn khố và rút kinh nghiệm cho những lần sau. Tất cả đều phải kính trình Chư tôn đức Trụ trì, Cố Vấn Giáo hạnh tri tường, chuẩn y, kính báo BHD cấp trên rõ biết Phật sự.

- BHD Cấp Tỉnh / Thị thành lập các phái Đoàn thăm viếng, ủy lạo tinh thần các Gia Đình, đảnh lễ cung chúc khánh tuế hạ lạp Chư tôn đức ân sư cố vấn.

- Phân công nhiệm vụ Ban Tổ Chức một cách đầy đủ, kiểm tra đôn đốc các phần hành thông qua các phiên họp Ban Tổ Chức để phật sự được hanh thông, thành tựu như nguyện.

- Thiết kế thiệp thỉnh và thiệp mời trân trọng kính cung thỉnh Chư tôn đức chứng minh và kính mời quan khách tham dự buổi lễ

**III. Chương trình lễ:**

- Trang nghiêm đạo tràng

- Huynh trưởng – Đoàn sinh – Đạo tràng – Phụ huynh vân tập trước Lễ Đài

- Tác lễ thỉnh sư – Cung thỉnh Chư tôn đức quang lâm

- Cử hành Lễ chính thức:

1. Thông qua chương trình Lễ
2. Niệm Phật cầu gia bị
3. Cử bài ca chính thức GĐPT. Việt Nam
4. Phút nhập từ bi quán, quán niệm tứ trọng ân
5. Tuyên bố lý do buổi lễ

6. Giới thiệu Chư tôn đức chứng minh – Quan khách tham dự

7. Dâng hoa cúng dường

8. Nghi thức cài hoa hồng hiếu hạnh

9. Tác lễ báo tứ trọng ân (xướng và đảnh lễ từng Ân)

10. Tác bạch cúng dường – Dâng lễ báo ân Tăng bảo hiện tiền

11. Tác lễ báo ân Phụ mẫu hiện tiền – Huynh trưởng, Đoàn sinh dâng quà báo hiếu Cha Mẹ.

12. Tác lễ và dâng quà tri ân Ban Hướng Dẫn *(nếu có)*

13. Huấn từ của BHD *(nếu có)*

14. Đạo từ của Chư tôn đức chứng minh

15. Nghi thức cúng dường Vu Lan

16. Hồi hướng công đức

17. Lời cảm tạ của Ban Tổ Chức

18. Cung thỉnh Chư tôn đức hồi quy phương trượng -Văn Nghệ cúng dường

# P. LỄ PHÁT NGUYỆN NHẬN NHIỆM VỤ CỦA TÂN BAN HƯỚNG DẪN

### I. Mục đích – Ý nghĩa của buổi lễ

Đại hội thành tựu viên mãn, Tân Ban Hướng Dẫn được công cử theo đúng nguyên tắc đã quy định và dân chủ và ra mắt toàn thể Đại hội để tiếp tục gánh vác sự mạng với Tổ chức.

Lấy tinh thần phát nguyện làm nền tảng căn bản trong việc thực hiện Phật sự.

Dưới sự chứng minh của Chư tôn đức, sự chứng tri của BHD Cấp Trên, Tân BHD ra mắt và phát lập tâm nguyện để thành toàn sứ mạng.

### II. Chương trình của buổi lễ

- Trang nghiêm đạo tràng

- Cung đón phái Đoàn chủ tọa thân lâm

- Cung nghinh Chư tôn đức quang lâm

- Chính thức cử hành lễ

1. Cung thỉnh Chư tôn đức chứng minh niêm hương bạch – Đảnh lễ Tam bảo

2. Cử bài ca chính thức GĐPT. Việt Nam

3. Phút tưởng niệm

4. Tuyên bố lý do – Thông qua chương trình

5. Giới thiệu Chư tôn đức chứng minh – Quan khách tham dự

6. Thông qua thành phần Tân Ban Hướng Dẫn ra mắt

7. Tân Trưởng Ban cùng tân BHD hổ quỳ dâng lời phát nguyện.

8. Đảnh lễ tam bảo chứng minh

9. Nghi thức gắn phù hiệu chức vụ

10. Chủ tọa thay mặt Tổ chức chứng nhận lời phát nguyện và Huấn từ

11. Đạo từ của Chư tôn đức chứng minh

12. Tuyên tụng: Sám Phổ Hiền – Tứ Hoằng Thệ Nguyện – Hồi hướng công đức

13. Cảm tạ

14. Hoàn mãn.

# CHƯƠNG 3

# HÌNH THỨC SINH HOẠT
# TRONG TỔ CHỨC GĐPT VIỆT NAM

A. Quy Định bài hát chính thức trong sinh hoạt:

B. Quy định tên – tiếng reo của tổ chức, Đơn vị, Đoàn, Đội, Chúng, Đàn và các Trại Huấn luyện:

C. Quy Định Đồng Phục trong Sinh hoạt, Lễ nghi của GĐPT:

Phần này, Hội nghị thống nhất giao lại cho phần Hành Nội Vụ và Văn Nghệ Trung Ương nghiên cứu xây dựng và tổ chức Hội thảo thống nhất, ban hành áp dụng trên toàn quốc trong thời gian sớm nhất.

D. Quy định về hình thức hiệu lệnh tập họp:

Phần này, Hội nghị thống nhất giao lại cho phần Hành Nghiên Huấn Trung Ương nghiên cứu biên soạn lại thành bài học hoàn chỉnh ban hành áp dụng trên toàn quốc trong thời gian sớm nhất.

Trong phần hình thức sinh hoạt, đại biểu thống nhất thông qua với tỉ lệ 100% biểu quyết: Khi hô phật tử, đáp tinh tấn, và đồng loạt bắt ấn cát tường chào.

CHƯƠNG 4:

# THIẾT CHẾ VỀ TANG LỄ

Thiết chế Tang lễ là những ấn định của Tổ chức dành cho các Lam viên khi nằm xuống được tiến hành theo nghi thức thiền môn chánh độ thế nhân, thể hiện sự quan tâm của GĐPT Việt Nam, sự truy tán công đức đối với Huynh trưởng – Đoàn sinh các cấp đã hy hiến cuộc đời mình cho lý tưởng, cho sự trường tồn của Đạo pháp và Dân tộc. Qua đây, tất cả các tấm lòng được tỏ bày, an ủi phần nào trước sự mất mát lớn lao của tang gia hiếu quyến, chia sẻ phần nào sự nhọc nhằn trong những giây phút đau thương.

Trước khi đi vào chi tiết thiết chế tang lễ cho từng đối tượng, chúng tôi trình bày qua đây những vấn đề chung:

A. Thiết lập Ban tổ chức Tang lễ: gồm đầy đủ 02 thành phần như sau: *(và chỉ dành cho hàng ngũ Huynh trưởng Từ Cấp Liên Đoàn Trưởng trở lên):*

**1. Cung an chức sự Lễ Tang:**

- Chư tôn đức chứng minh
- Ngài Chủ sám
- Ngài Pháp sư thuyết linh
- Ngài Công Văn
- Chư tôn đức Ban Kinh Sư

**2. Ban Tổ Chức Tang Lễ: gồm có các thành phần như sau:**

- Cố vấn
- Trưởng Ban Tổ chức

- Các Phó ban
- Thư Ký
- Thủ Quỹ
- Ban Tiếp Lễ
- Ban Tiếp tân
- Ban Nghi lễ
- Ban Trần thiết
- Ban Trực Quan
- Ban Xướng Ngôn viên
- Ban Hành đường
- Ban Trai soạn
- Ban Lưu trú
- Ban Âm thanh – Ánh sáng
- Ban Giữ xe – Trật tự

**B. Chương trình Tang lễ** *(đây là chương trình mẫu mang tính giới thiệu):*

*Ngày thứ 01: Ngày 00 tháng 00 năm 0000*

- 00h00 – 00h00 Cử hành nghi thức nhập quan
- 00h00 – 00h00 Lễ Bạch Phật – Khai kinh
  Thỉnh linh Phục hồn – Thọ Tang
- 00h00 – 00h00 Luân phiên tụng niệm
  Các Phái Đoàn tùy nghi phúng viếng
- 00h00 – 00h00 Lễ Phủ Kỳ - Truy Thăng Cấp *(nếu có)*
- 00h00 – 00h00 Tiến cúng hương linh *(buổi chiều)*
- 00h00 – 00h00 Khóa Lễ Kỳ Siêu *(buổi tối)*
- 00h00 – 00h00 Luân phiên tụng niệm

*Ngày thứ 02: Ngày 00 tháng 00 năm 0000*

- 00h00 – 00h00 Cúng trà sáng
- 00h00 – 00h00 Luân phiên tụng niệm
  Các Phái Đoàn tùy nghi phúng viếng

- 00h00 – 00h00 Cúng Ngọ Phật - Tiến linh
- 00h00 – 00h00 Luân phiên tụng niệm - Các Phái Đoàn tùy nghi phúng viếng
- 00h00 – 00h00 Tiến cúng hương linh *(buổi chiều)*
- 00h00 – 00h00 Khóa Lễ Kỳ Siêu *(buổi tối)*
- 00h00 – 00h00 Luân phiên tụng niệm

*(Nếu để nhiều ngày thì y cứ vào ngày thứ 02 mà thực hiện tiếp)*

*Ngày thứ 03: Ngày 00 tháng 00 năm 0000 (ngày cuối trước khi di quan)*

- 00h00 – 00h00 Cúng trà sáng
- 00h00 – 00h00 Luân phiên tụng niệm
 Các Phái Đoàn tùy nghi phúng viếng
- 00h00 – 00h00 Cúng Ngọ Phật - Tiến linh
- 00h00 – 00h00 Luân phiên tụng niệm - Các Phái Đoàn tùy nghi phúng viếng
- 00h00 – 00h00 Đại Lễ Kỳ Siêu Tịch Điện *(buổi chiều)*
- 00h00 – 00h00 LỄ TƯỞNG NIỆM CỦA GĐPT *(buổi tối)*
- 00h00 – 00h00 Nghi thức thí thực mông sơn
- 00h00 – 00h00 Cáo đạo lộ
- 00h00 – 00h00 Tâm tình đêm cuối

*Ngày thứ 04: Ngày 00 tháng 00 năm 0000 (ngày di quan)*

- 00h00 – 00h00 Lễ Khiển điện
- 00h00 – 00h00 Cử hành nghi thức di quan
- 00h00 – 00h00 Nghi thức trị huyệt
- 00h00 – 00h00 Lễ tiễn biệt của GĐPT
- 00h00 – 00h00 Thỉnh linh an vị - Tạ Phật – Hoàn kinh

*(Tuy nhiên để phù hợp với tình hình từng địa phương mà BHD, BTC Tang Lễ tùy nghi chiếu liệu tổ chức cho thích hợp)*

**C. Chương trình Lễ Tưởng Niệm:**

1. Niêm hương bạch Phật – Đảnh lễ Tam bảo

2. Cử bài ca chính thức GĐPT. Việt Nam

3. Phút tưởng niệm

4. Lời mở đầu khai lễ

5. Giới thiệu Chư tôn đức chứng minh – Quan khách tham dự

6. Tuyên đọc Tiểu Sử

7. Điếu văn tưởng niệm (*nếu có nhiều bài điếu thì đọc theo thứ tự từ cấp lớn đến cấp nhỏ trong hệ thống*)

8. Lời đạo từ truy tán công đức của Chư tôn đức chứng minh.

9. Niêm hương chú nguyện và tưởng niệm

10. Tuyên tụng Tứ hoằng Thệ nguyện - Nguyện sanh Tây Phương Hồi hướng công đức.

11. Lời Cảm tạ

12. Nhiễu quan tưởng niệm.

**D. Chương trình Lễ Phủ Kỳ:**

*Điều kiện để Phủ kỳ:*

- HTr Cấp Tín giữ chức vụ từ Gia Trưởng – Liên Đoàn Trưởng – Ban Viên – Phụ Tá Ban Viên BHD Cấp Tỉnh / Thị trở lên được truy tán công đức, phủ kỳ.

- Trường hợp Huynh trưởng – Đoàn sinh khác mà mất trong lúc thực thi Phật sự của Tổ chức giao phó cũng được phủ kỳ.

1. Niêm hương bạch Phật – Đảnh lễ Tam bảo

2. Cử bài ca chính thức GĐPT. Việt Nam

3. Phút tưởng niệm

4. Lời mở đầu khai lễ Phân ưu cùng Tang quyến

5. Toán Phủ kỳ vào vị trí

6. Huynh trưởng Đại diện cho Tổ chức trao kỳ hiệu cho Huynh trưởng Hộ kỳ và điều hành đội phủ kỳ.

7. Nghi thức phủ kỳ.

8. Niêm hương chú nguyện và tưởng niệm và đảnh lễ Hương linh

*(chơn linh)*

9. Tuyên tụng Tứ hoằng Thệ nguyện - Nguyện sanh Tây Phương Hồi hướng công đức.

10. Lời Cảm tạ

11. Nhiễu quan tưởng niệm.

## E. Chương trình Lễ Truy Thăng Cấp:

1. Niêm hương bạch Phật – Đảnh lễ Tam bảo

2. Cử bài ca chính thức GĐPT. Việt Nam

3. Phút tưởng niệm

4. Lời mở đầu khai lễ

5. Giới thiệu Chư tôn đức chứng minh – Quan khách tham dự

6. Tuyên dương công hạnh *(Đọc tiểu sử)*

7. Tuyên đọc Quyết định truy thăng

8. Gắn cấp hiệu truy thăng

9. Cảm niệm công đức *(đại diện BHD các cấp)*

10. Lời đạo từ truy tán công đức của Chư tôn đức chứng minh.

11. Niêm hương chú nguyện và tưởng niệm

12. Tuyên tụng Tứ hoằng Thệ nguyện - Nguyện sanh Tây Phương Hồi hướng công đức.

13. Lời Cảm tạ

14. Nhiễu quan tưởng niệm.

## F. Chương trình Lễ Tiễn biệt:

1. An trí linh cửu và hương án trước mộ phần hoặc đài hỏa táng trang nghiêm

2. Tác lễ cung thỉnh Chư tôn đức cử hành nghi thức trị huyệt *(hỏa táng)*

3. Cử bài ca chính thức của GĐPT Việt Nam

4. Phút tưởng niệm Huynh trưởng quá cố

5. Lời tiễn biệt của đại diện Tổ chức

6. Nghi thức thu kỳ hiệu *(nếu có)*:

- Toán thu kỳ vào vị trí

- Tuyên khẩu hiệu Phật tử - Đáp tinh tấn – Toán thu kỳ bắt ấn chào

- Thu kỳ hiệu

- Trưởng toán thủ kỳ nhận kỳ hiệu trao về cho Đại diện Tổ chức hoặc Ban Tổ chức Tang lễ.

- Đại diện Tổ chức hoặc Trưởng Ban Tổ chức Tang lễ trao kỳ hiệu về cho Tang quyến.

7. Lời cảm tạ của Tang quyến

8. Nghi thức dây thân ái

9. Tuyên khẩu hiệu tinh tấn – Đồng loạt bắt ấn chào tiễn biệt.

**G. Chương trình lễ thọ tang:**

1. Niêm hương bạch Phật – Đảnh lễ tam bảo

2. Niêm hương trước linh đài phụng thỉnh chơn linh

3. Cử bài ca chính thức GĐPT Việt Nam

4. Phút tưởng niệm

5. Lời mở đầu buổi lễ *(Thưa cùng tang quyến để phân ưu và xin thọ tang)*

6. Lời cảm niệm thọ tang

7. Chí thành đảnh lễ chơn linh 02 lễ thọ tang

8. Nghi thức thọ tang

9. Tuyên tụng nguyện sang tây phương – Hồi hướng công đức

10. Nhiễu quan tiễn biệt.

# THIẾT CHẾ TANG LỄ CỦA HUYNH TRƯỞNG – ĐOÀN SINH GĐPT. VIỆT NAM

*(Vì vấn đề đồng phục và phương thức thực hiện được chuyển sang cho phần hành Nội vụ theo tinh thần thống nhất của Hội Nghị, nên phần đồng phục được sử dụng nơi đây chỉ có tính tham khảo và chờ kết quả quy định từ phần hành Nội Vụ của Trung Ương).*

## A. TẠI ĐƠN VỊ GIA ĐÌNH:

### 1. Đoàn sinh mất:

- Đoàn em đang sinh hoạt trực tiếp tham gia lễ tang, dưới sự điều động của Đoàn Trưởng, Đoàn Phó và sự hỗ trợ của cả Gia Đình, từ khi mất cho đến việc tiển đưa đến nơi an nghỉ cuối cùng.

- BHT và Gia đình đến thăm, chia buồn, kỳ siêu, phúng điếu và tiển đưa

- Đơn vị đệ trình BHD cập nhật vào danh sách kỳ siêu Hiệp kỵ của BHD Tỉnh / Thị

### 2. Huynh trưởng Tập sự, Huynh trưởng Lộc Uyển – Huynh trưởng Cấp 1 mất:

- Huynh trưởng – Đoàn sinh toàn Gia đình trực tiếp tham gia Lễ tang, tổ chức Lễ Kỳ Siêu, Phúng điếu, tiển đưa đến nơi an nghỉ cuối cùng.

- Đoàn sinh trong Gia đình có thể luân phiên tổ chức trực quan với đồng phục chỉnh tề.

- Đối với trường hợp Huynh trưởng Cấp 1 (đã qua trại A Dục) đã hội đủ điều kiện, BHT trình BHD chuẩn y truy thăng Cấp Tập để tán dương công đức.

- Đơn vị đệ trình BHD cập nhật vào danh sách kỳ siêu Hiệp kỵ của BHD Tỉnh / Thị

**3. Huynh trưởng Cấp Tập mất:**

- Đơn vị báo cho BHD và BĐD. BHD tại khu vực Quận / Huyện rõ biết.

- Hội Đồng Huynh trưởng Cấp Tập Tỉnh / Thị kết hợp với BHT của GĐ trực tiếp thành lập Ban Tổ chức Tang lễ và điều hành lễ tang.

- Toàn thể Gia đình luân phiên tụng niệm, tổ chức trực quan với đồng phục chỉnh tề và cử hành lễ tưởng niệm, phúng điếu, tiễn đưa đến nơi an nghỉ cuối cùng.

- Đại Diện BHD Tỉnh / Thị tại Quận / Huyện thay mặt BHD thăm viếng, chia buồn và kỳ siêu phúng điếu.

- Trường hợp Huynh trưởng quá cố đã hội đủ điều kiện, BHD Tỉnh / Thị trình BHD. Trung Ương duyệt xét truy thăng Cấp Tín.

- Ủy Ban Quản Trị Huynh trưởng nhật tu sách tịch và bổ sung danh sách Huynh trưởng quá cố vào danh sách hiệp kỵ của BHD Tỉnh / Thị.

**4. Liên Đoàn Trưởng, Gia Trưởng, Huynh Trưởng Cấp Tín từ trần:**

- Đơn vị cấp báo về BHD Tỉnh / Thị

- BHD cử nhân sự Trưởng Ban Tổ Chức Tang lễ. BHD kết hợp với Đơn vị Gia đình thành lập BTC Tang lễ cùng với sự tham gia của Hội Đồng Huynh Trưởng Cấp mà HTr quá cố đang sinh hoạt.

- Phát báo tang khắp các Đơn vị trong toàn Tỉnh

- Tổ chức truy thăng 01 cấp đối với Huynh trưởng quá cố đã hội đủ điều kiện.

- Tổ chức lễ kỳ siêu, tưởng niệm, tổ chức trực quan, luân phiên tụng niệm.

- Ban Hướng Dẫn cùng toàn thể các Đơn vị Gia đình trực thuộc cử phái đoàn phúng điếu, kỳ siêu, tiễn đưa

- Toàn thể Huynh trưởng – Đoàn sinh trong Đơn vị đồng phục trang nghiêm tham gia tang lễ. Đơn vị phối hợp cùng Tang quyến tổ chức các khóa lễ kỳ siêu tụng kinh thất đến tuần chung thất.

- Ủy Ban Quản Trị Huynh trưởng nhật tu sách tịch và bổ sung vào danh sách kỳ siêu Hiệp Kỵ của BHD Tỉnh / Thị.

## B. BAN HƯỚNG DẪN GĐPT CẤP TỈNH / THỊ:

### 1. *Ban Viên và Phụ Tá Ban Viên mất (từ cấp Tín trở xuống)*

- Thường Vụ BHD Tỉnh / Thị cử Trưởng Ban Tổ Chức Tang lễ, Hội Đồng Cấp giữ chức vụ Phó Ban Tang Lễ. Điều động các Đơn vị địa phương túc trực tham gia tang lễ.

- Phát báo tang khắp các Đơn vị trong toàn Tỉnh để tổ chức lễ Kỳ siêu.

- Tổ chức truy thăng 01 cấp đối với Huynh trưởng quá cố đã hội đủ điều kiện.

- Tổ chức lễ kỳ siêu, tưởng niệm, tổ chức trực quan, luân phiên tụng niệm.

- Ban Hướng Dẫn cùng toàn thể các Đơn vị Gia đình trực thuộc cử phái đoàn phúng điếu, kỳ siêu, tiễn đưa

- Toàn thể Huynh trưởng – Đoàn sinh các Đơn vị đồng phục trang nghiêm tham gia tang lễ. Ban Hướng Dẫn phối hợp cùng Tang quyến tổ chức các khóa lễ kỳ siêu tụng kinh thất đến tuần chung thất.

- Ủy Ban Quản Trị Huynh trưởng nhật tu sách tịch và bổ sung vào danh sách kỳ siêu Hiệp Kỵ của BHD Tỉnh / Thị.

### 2. *Phó Ban Hướng Dẫn và hàng Huynh trưởng Cấp Tấn trong*

*BHD Tỉnh / Thị mất:*

- Trưởng Ban Hướng Dẫn, Chủ tịch Ủy Ban Quản Trị Huynh trưởng BHD Tỉnh / Thị làm Trưởng Ban Tổ Chức Tang lễ, Hội Đồng Cấp Cấp Tấn khu vực cử đại diện giữ chức vụ Phó Ban Tổ chức Tang Lễ. Điều động các Đơn vị địa phương túc trực tham gia tang lễ.

- Phát báo tang khắp các Đơn vị trong toàn Tỉnh để tổ chức lễ Kỳ siêu.

- Thông tri đến toàn thể Hội Đồng Cấp Tấn toàn quốc và các BHD Tỉnh / Thị để tùy nghi phân ưu, cầu nguyện, phúng điếu.

- Tổ chức truy thăng 01 cấp đối với Huynh trưởng quá cố đã hội đủ điều kiện.

- Tổ chức lễ kỳ siêu, tưởng niệm, tổ chức trực quan, luân phiên tụng niệm.

- Ban Hướng Dẫn cùng toàn thể các Đơn vị Gia đình trực thuộc cử phái đoàn phúng điếu, kỳ siêu, tiễn đưa

- Toàn thể Huynh trưởng – Đoàn sinh các Đơn vị đồng phục trang nghiêm tham gia tang lễ. Ban Hướng Dẫn phối hợp cùng Tang quyến tổ chức các khóa lễ kỳ siêu tụng kinh thất đến tuần chung thất.

- Ủy Ban Quản Trị Huynh trưởng nhật tu sách tịch và bổ sung vào danh sách kỳ siêu Hiệp Kỵ của Tỉnh / Thị và Trung Ương.

### 3. Trưởng Ban Hướng Dẫn GĐPT Tỉnh / Thị mất:

- BHD. Trung Ương cử Huynh trưởng làm Trưởng Ban Tổ Chức Tang lễ, Phó trưởng BHD sở tại giữ chức vụ Phó Ban Tổ chức Tang Lễ. Điều động Đơn vị địa phương túc trực tham gia tang lễ.

- Phát báo tang khắp các Đơn vị trên toàn quốc để tùy nghi thăm viếng, phúng điếu và Kỳ siêu.

- Tổ chức truy thăng 01 cấp đối với Huynh trưởng quá cố đã hội đủ điều kiện.

- Tổ chức lễ kỳ siêu, tưởng niệm, tổ chức trực quan, luân phiên tụng niệm.

- Ban Hướng Dẫn cùng toàn thể các Đơn vị Gia đình trực thuộc cử phái đoàn phúng điếu, kỳ siêu, tiễn đưa

- Toàn thể Huynh trưởng – Đoàn sinh các Đơn vị đồng phục trang nghiêm tham gia tang lễ. Ban Hướng Dẫn phối hợp cùng Tang quyến tổ chức các khóa lễ kỳ siêu tụng kinh thất đến tuần chung thất.

- Ủy Ban Quản Trị Huynh trưởng nhật tu sách tịch và bổ sung vào danh sách kỳ siêu Hiệp Kỵ của Tỉnh / Thị và Trung Ương.

## C. BAN HƯỚNG DẪN TRUNG ƯƠNG:

### 1. Ban Viên, Phụ tá Ban Viên mất:

- Thường Vụ BHD. Trung Ương cử Huynh trưởng làm Trưởng Ban Tổ Chức Tang lễ, BHD sở tại nơi Huynh trưởng kiêm nhiệm Phật sự cùng Đại diện Hội Đồng Cấp giữ chức vụ Phó Ban Tổ chức Tang Lễ. Điều động các Đơn vị Tỉnh / Thị lân cận cùng các Đơn vị tại địa phương Huynh trưởng quá cố sinh hoạt túc trực tham gia tang lễ.

- Phát báo tang khắp các Đơn vị trên toàn quốc để tùy nghi thăm viếng, phúng điếu và Kỳ siêu.

- Tổ chức truy thăng 01 cấp đối với Huynh trưởng quá cố đã hội đủ điều kiện.

- Tổ chức lễ kỳ siêu, tưởng niệm, tổ chức trực quan, luân phiên tụng niệm.

- Ban Hướng Dẫn Trung Ương cùng toàn thể các Đơn vị Tỉnh / Thị, các Gia Đình trực thuộc cử phái đoàn phúng điếu, kỳ siêu, tiễn đưa.

- Ban Hướng Dẫn Trung Ương phối hợp cùng Tang quyến tổ chức các khóa lễ kỳ siêu tụng kinh thất đến tuần chung thất.

- Ủy Ban Quản Trị Huynh trưởng nhật tu sách tịch và bổ sung vào danh sách kỳ siêu Hiệp Kỵ của Tỉnh / Thị và Trung Ương.

### 2. Phó Trưởng Ban BHD Trung Ương mất:

- Trưởng Ban Hướng Dẫn, Chủ Tịch UBQTHT BHD. Trung Ương làm Trưởng Ban Tổ Chức Tang lễ, BHD sở tại nơi Huynh trưởng kiêm nhiệm Phật sự cùng Đại diện Hội Đồng Cấp giữ chức vụ Phó Ban Tổ chức Tang Lễ. Điều động các Đơn vị Tỉnh / Thị lân cận cùng các Đơn vị tại địa phương Huynh trưởng quá cố sinh hoạt túc trực tham gia tang lễ.

- Phát báo tang khắp các Đơn vị trên toàn quốc và BHD trên toàn Thế Giới để tùy nghi thăm viếng, phúng điếu và Kỳ siêu.

- Tổ chức truy thăng 01 cấp đối với Huynh trưởng quá cố đã hội đủ điều kiện.

- Tổ chức lễ kỳ siêu, tưởng niệm, tổ chức trực quan, luân phiên tụng niệm.

- Ban Hướng Dẫn Trung Ương cùng toàn thể các Đơn vị Tỉnh / Thị, các Gia Đình trực thuộc cử phái đoàn phúng điếu, kỳ siêu, tiễn đưa.

- Ban Hướng Dẫn Trung Ương phối hợp cùng Tang quyến tổ chức các khóa lễ kỳ siêu tụng kinh thất đến tuần chung thất.

- Ủy Ban Quản Trị Huynh trưởng nhật tu sách tịch và bổ sung vào danh sách kỳ siêu Hiệp Kỵ của Tỉnh / Thị và Trung Ương.

### 3. Trưởng Ban Hướng Dẫn Trung Ương và Huynh trưởng Cấp Dũng mất:

- Trưởng Ban Tổ Chức Tang Lễ do Giáo Hội đề cử ( Hội Đồng Cố Vấn đề cử ).

Phó Ban Tổ chức Tang lễ do Hội Đồng Huynh trưởng cấp Dũng đề cử.

- Phát báo tang khắp các Đơn vị trên toàn quốc và các BHD trên toàn Thế Giới để tùy nghi làm Lễ Tưởng Niệm, thăm viếng, phúng điếu và Kỳ siêu.

- Tổ chức lễ kỳ siêu, tưởng niệm, tổ chức trực quan, luân phiên tụng niệm.

- Mỗi Tỉnh / Thị / Quốc Gia / Châu Lục / Thế Giới cử phái đoàn về tham dự Tang lễ và phúng điếu, kỳ siêu, tiễn đưa.

- Ban Hướng Dẫn Trung Ương phối hợp cùng Tang quyến tổ chức các khóa lễ kỳ siêu tụng kinh thất đến tuần chung thất.

- Ủy Ban Quản Trị Huynh trưởng nhật tu sách tịch và bổ sung vào danh sách kỳ siêu Hiệp Kỵ của Tỉnh / Thị và Trung Ương.

## D. CÁC THÀNH PHẦN KHÁC:

### 1. Chư Tôn Đức Cố Vấn:

- Phạm vi Gia Đình: Toàn bộ Gia Đình tham gia Tang lễ. BHD và các Đơn vị trong Tỉnh / Thị Phúng viếng, tiễn đưa.

- Chư tôn đức Cố vấn cấp Tỉnh / Thị: BHD đều động các Đơn vị trực thuộc tham gia lễ Tang xuyên suốt.

- Chư tôn đức Cố vấn cấp Trung Ương: BHD. Trung Ương trực tiếp tham gia điều động, các BHD cử đại diện tham gia. Tất cả đều đồng phục.

❖ Đối với Chư tôn đức Ân Sư Cố Vấn, khi các Ngài viên tịch ngoài việc tham gia Tang lễ để thành kính tri ân, các cấp GĐPT phải tổ chức Lễ Kính Viếng Giác Linh, Thọ Tang Ân Sư.

**2. Thành viên Ban Bảo Trợ - Cựu Huynh trưởng – Song đường của Chư tôn đức - Tứ thân Phụ mẫu của các Bác – các Anh Chị - Phu thê Huynh trưởng từ trần:**

Khi các Bác, Các Anh Chị hoặc Song đường của Chư tôn đức - Tứ thân Phụ mẫu của các Bác – các Anh Chị - Phu thê của Huynh trưởng mất thì tùy theo từng cấp trong hệ thống mà tổ chức thăm viếng, kỳ siêu, phúng điếu, tiễn đưa.

**Ghi chú:** Đại biểu thống nhất thông qua tình thần: sử dụng cụm từ hiếu hỷ thay cho cụm từ Quan – Hôn – Tang – Tế.